# जनावरांना होणारी विषबाधा

डॉ. विकास वसंत कारंडे

आई, आण्णाना समर्पित.............

# अनुक्रमणिका

# अनुक्रमणिका

# प्रस्तावना

जनावरामधील विषबाधा हे पुस्तक शेतकरी बांधवांच्या हातात देताना अतिशय आनंद होत आहे. भारत तसा कृषीप्रधान देश आहे. आणि शेतीसोबत पशुसंवर्धनाकडे एक जोडधंदा म्हणुण पाहिले जाते. परंतु सध्या वेगाने बदलत्या आर्थिक जगात अनेक बांधवांचा पशुपालन हा मुख्य व्यवसायच बनलेला आहे. किंबहुना पशुपालन हा एक आर्थिक उन्नतीचा शाश्वत मार्ग होउन बसला आहे. ग्रामीण भागात बरेचशे शिकलेले तरुण पशुपालन व्यवसायाकडे वळत आहेत. परंतु व्यवसाय करताना अनेक समस्या सुद्धा येतात. अनेक आजार आहेत. आणि त्याच्यावर उपचार सुद्धा उपलब्ध आहेत. अनेक समस्यांपैकी विषबाधा हि क्वचितच आढळणारी परंत गंभीर अशी समस्या आहे. आणि बरेच आर्थिक नुकसान सुद्धा होत असते. प्रस्तुत पुस्तकात अश्या सर्व विषबाधांचा विचार करुन माहिति मांडन्याचा प्रयत्न केलेला आहे. विषबाधा होते कशी? कोणती लक्षणे दिसतात? कशी टाळता येइल? याबद्द्ल सखोल वर्णन केले आहे. निसर्गामध्ये अनेक विषारि पदार्थ आहेत. शिवाय वाढत्या औद्योगीकरणामुळे अनेक रसायने तसेच अविघटनशील पदार्थ, कीटकनाशके, रासायनिक खते मोठ्या प्रमाणात उत्पादीत होतात आणि यातील बरेचसे घटक जनावरांच्या सम्पर्कात सुद्धा येतात. आणि जनावरमधील विषबाधेचे कारण बनतात. त्यामुळे जनावरामध्ये अश्या अनेक घटकापासुन विषबाधा होत. असते. म्हणजेच विषबाधा झाल्यानंतर उपचार करत बसण्यापेक्षा योग्य प्रतिबंध नेहमीच महत्वाचा ठरतो.

# ऋणनिर्देश, पावती

हे पुस्तक पुर्ण करण्याची प्रेरणा मला ज्या शेतकऱ्यांपासुन मिळाली त्या सर्वांचा मी आभारी आहे. सतत प्रश्न विचारणारे विद्यार्थी तसेच माझे सर्व मित्र यांचा मी आभारी आहे. गेली पंधरा वर्षे सातत्याने औषधशास्त्र व विषशास्त्र ह्या विषयाशी निगडीत अभ्यासक्रम विद्यार्थ्यांपर्यंत पोहोचवताना मला ज्यानी सतत प्रेरित केले त्या माझ्या गुरु मधुमंजिरि गटणे यांचा मी नेहमि आभारि असेन.

सर्वात महत्वाचे म्हणजे माझी मैत्रीण, आणि जोडिदार, आशाली कारंडे लेंगरे जिच्या सहकार्यामुळे हे शक्य होत आहे.

माझे आई आणि अण्णा , ज्यांच्यामुळे मी घडलो आणि अश्या कार्याची सतत प्रेरणा मिळत गेली.

त्याचप्रमाणे माझे सर्व टिकाकार यांचाहि मि सतत आभारि राहिन.

सर्वात शेवटि सर्व काहि घडवुन आणणारा ईश्वर...........

सर्वांचे आभार.... आणि धन्यवाद

-विकास कारंडे

# नांदी, प्रस्तावना

सदर लेखमालेत विषबाधेशी सम्बंधीत अनेक विषयास हात लावायचा प्रयत्न केला आहे जसे कि, जनावरांमध्ये आढळणारी विषबाधा, जनावरांमधील शिसे या घटकाची विषबाधा, जनावरांमधील मॉलीब्डेनम या घटकाची विषबाधा, जनावरांमधील कॉपर किंवा तांबे या धातूची विषबाधा, जनावरांमध्ये होणारी ऑक्सालेट या घटकाची विषबाधा, विषारी प्राण्यांमुळे होणारी विषबाधा, इमिडाक्लोप्रेड मुळे होणारी विषबाधा, अमिट्राज या कीटकनाशकांमुळे होणारी विषबाधा, कार्बामेट या कीटकनाशकाची विषबाधा, पायरेट्रॉइड कीटकनाशकाची विषबाधा, कीटकनाशकांमुळे जनावरांमध्ये होणारी विषबाधा, सल्फर किंवा गंधक या घटकांमुळे होणारी विषबाधा, जनावरांमधील स्फुरद किंवा फॉस्फरस या घटकाची विषबाधा, उसाच्या वाड्यामुळे शरीरावर होणारे दुष्परिणाम, जनावरामधील पारा किंवा मर्क्युरी या घटकाची विषबाधा, ई. अनेक विषयावर वर्णन केले आहे. आशा आहे शेतकरि बांधवाना हे पुस्तक नक्किच आवडेल. आपले प्रश्न आणि सुचना मला नक्किच आवडतील.

विकास कारंडे

drvikaskarande1@gmail.com

# 1

# विषबाधा म्हणजे नेमके काय आणि ती कशी ओळखायची?

कोणत्याही पदार्थाच्या अयोग्य प्रमाणातील सेवनामुळे अथवा संपर्कामुळे जनावरांच्या शरीरावर होणाऱ्या विपरीत परिणामास विषबाधा म्हणू शकतो विषबाधा ओळखण्यासाठी आपल्याला जनावरांबद्दल पूर्ण माहिती असणे आवश्यक आहे. जसे की त्यांचे दररोजचे खाद्य पाणी, केलेला औषध उपचार इत्यादि. त्याचप्रमाणे विषबाधित जनावरही इतर जनावरांपेक्षा वेगळी आढळतात. जसे की

1. जनावर अस्वस्थ होते.
2. तोंडातून अतिरिक्त लाळ, अथवा फेस गळतो.
3. श्वास घेण्यास त्रास होतो.
4. जनावर कोलमडते
5. उभा राहू शकत नाही
6. सतत ओरडते किंवा हम्बरते
7. जनावर पोट दुखीची लक्षणे दाखवते
8. अंग थरथरते
9. पातळ शेण टाकते ही आणि अशा प्रकारचे अनेक लक्षणे असू शकतात.

सर्वसाधारणपणे जनावरांना कुठल्या गोष्टींपासून विषबाधा होऊ शकते? जनावरांनी कुठल्याही पदार्थांचे अतिरिक्त सेवन केले तर विषबाधा होऊ शकते. जसे की युरिया, मीठ, कीटकनाशके, विषारी वनस्पती, जनावरांची राहिलेली औषधे, शिळे अन्न या सर्व गोष्टींपासून जनावरांना विषबाधा होऊ शकते. त्यामुळे कुठल्याही पदार्थाचे अतिरिक्त सेवन हे जनावरास घातक ठरू शकते.

**युरिया पासून कशी विषबाधा होते?**

साधारणतः आपल्याला माहित आहेच की, युरिया हे एक रासायनिक खत म्हणून आपण शेतात वापरतो. त्यामुळे पीक आणि चारा क्षेत्रावर युरियाचा रासायनिक खत म्हणून मोठ्या प्रमाणावर वापर केला जातो. तसेच जनावरांच्या खाद्यामध्ये व मुरघास बनवताना सुद्धा सध्या युरियाचा वापर केला जातो. अशी युरिया जनावरांचा प्रथिनांचा सर्वात स्वस्त स्त्रोत किंवा पर्याय म्हणून उपयोगी पडते. शरीरामध्ये युरियाचे रूपांतर अमोनिया व नंतर अमिनो ॲसिड आणि त्यानंतर प्रथिनांमध्ये होते. पण जनावरांच्या क्षमतेपेक्षा जास्त युरिया जनावरांना खाऊ घातल्यास अतिरिक्त अमोनिया तयार होऊन तो रक्तात शोषला जातो. आणि विषबाधेची लक्षणे दिसू लागतात.

**मीठ खाल्ल्यामुळे जनावरांना विषबाधा कशी होऊ शकते?**

शेतकरी जनावरांच्या खाद्यात बऱ्याच वेळा मिठाचा वापर करतात. मिठामुळे जनावरांना खाद्य आवडीने खायला सोपे जाते. आणि चवीपुरते मीठ वापरले नेहमीच चांगले पण जर अतिरिक्त मीठ जनावरांच्या खाण्यात आले तर दुष्परिणाम जाणवतात. कारण मिठामधील सोडियम शरीराच्या बाहेर टाकण्यासाठी पुष्कळ पाण्याची गरज असते. आणि मिठाच्या सेवनानंतर जर जनावरांना पाणी नाही मिळाले तर शरीरातील सोडियम बाहेर टाकले जात नाही व जनावर अस्वस्थ होते. जनावरांच्या चेतासंस्थेवर परिणाम पहावयास मिळतो आणि आपणास विषबाधेची लक्षणे दिसतात.

**कीटकनाशकांमुळे कशी विषबाधा होते?**

बऱ्याच वेळा शेतामध्ये तसेच आपल्या जनावर पाळण्याच्या व्यवसायामध्ये सुद्धा आपण कीटकनाशक वापरतो. जनावर पाळताना जनावरांना गोचीड किंवा माशा यांचा त्रास होतो. त्याच्यामुळे आपण जनावरांच्या अंगावर कीटकनाशके वापरतो. त्याचप्रमाणे शेतामध्ये सुद्धा कीटकनाशके वापरली जातात. जी की रासायनिक प्रकारची असतात. जसे की, तण नाशके किंवा कीटकनाशके. ही जर जनावरांच्या खाण्यात आली तर जनावरांमध्ये विषबाधा होऊ शकते. आणि बऱ्याच वेळा जनावर दगावलेले सुद्धा आपणास दिसतात. याचे महत्त्वाचे कारण

म्हणजे कीटकनाशकांचा वापर झाल्यानंतर रिकामी अथवा अर्धवट भरलेली खोकि अथवा बाटल्या शेतकरी गोठ्यामध्येच अथवा गोठ्याच्या आसपास टाकत असतो. आणि बऱ्याच वेळा जनावर अशा वस्तूंच्या संपर्कात येऊन विषबाधा होऊ शकते. ही जर जनावरांच्या खाण्यात आली तर जनावरांमध्ये विषबाधा होऊ शकते तसेच जनावरांच्या अंगावर जखमा असतील आणि गोचीड नियंत्रक वापरली असल्यास ती शरीरात शोषली जाण्याची शक्यता जास्त असते. किंवा जनावरांनी असे द्रावण पिल्यास विषबाधा होऊ शकते.

**चारा किंवा वनस्पती पासून विषबाधा होऊ शकते का?**

निसर्गामध्ये बऱ्याचशा वनस्पती अशा आहेत ज्या विषारी आहेत. त्या चारा योग्य नाहीत परंतु बऱ्याच वेळा जनावर अशा वनस्पतींच्या संपर्कात येतात आणि विषबाधा होऊ शकते. अशा काही विषारी वनस्पतींच्या सेवनामुळे विषबाधा झाल्याची खूप उदाहरणे आहेत. सर्वांत महत्वाचे उदाहरण म्हणजे ज्वारीच्या कोवळ्या ठोंबामुळे आढळणारी विषबाधा. बऱ्याच वेळा ज्वारी काढली जाते किंवा ज्वारी पेरल्यानंतर जी कोवळी ठोंबे वाढतात ती जनावरांना खूपच आकर्षित करणारी असतात. आणि अशी ठोंबे जर जनावरांनी खाल्ली तर लगेचच विषबाधा होते. या कोवळ्या ठोंबामध्ये हायड्रोसायनिक आम्ल असते आणि मोठ्या प्रमाणात हे हायड्रोसायनिक आम्ल शरीरात गेल्यामुळे जनावरांना विषबाधा होते. त्याचप्रमाणे इतर काही वनस्पती आहेत जसे की घाणेरी, कन्हेर, रुई, बेशरम, काँग्रेस ह्या सर्व वनस्पती आहेत ज्या की जनावरांमध्ये विषबाधा निर्माण करू शकतात.

**औषधामुळे विषबाधा होउ शकते का?**

जनावरांच्या उपचारानंतर उरलेली औषधी असतात त्यामुळे विषबाधा होऊ शकते का किंवा जनावरांना औषधामुळे विषबाधा होऊ शकते का? आपण सुरुवातीलाच म्हटलं की कोणत्याही पदार्थाचे अतिरिक्त सेवन हे विषबाधेला कारणीभूत ठरू शकते. त्यामुळे औषधे ही औषधांच्या प्रमाणातच घ्यावी लागतात. जनावरांची उरलेली औषधे बऱ्याच वेळा गोठ्यातच साठवली जातात अशा औषधांची मुदत संपलेली असू शकते. तसेच जनावरांच्या खाण्यात येऊ शकतात आणि शरीरावर दुष्परिणाम आढळून येतो किंवा शेतकरी स्वतःहून जे औषध उपचार करतात अशावेळी अयोग्य औषध अथवा अयोग्य मात्रा यामुळे जनावरांच्या शरीरावर परिणाम किंवा दुष्परिणाम आढळून येतात.

बऱ्याच वेळा जनावरांना अन्नातून विषबाधा झालेली आढळते तर ही विश्वाचा कशी होऊ शकते?

जनावरांना बऱ्याच वेळा खराब झालेले खाद्य, शिळे अन्न खाऊ घातले जाते. तर याचे काही परिणाम होतात का? तर अयोग्य स्थितीत साठवलेले पशुखाद्य पावसाने भिजले असल्यास किंवा शिळे अन्न यावर बुरशीची वाढ होते आणि अशा बुरशी आपले टोक्सीन, मायकोटॉक्सिन सारखे विषारी पदार्थ तयार करत असतात त्यामुळे असे खराब पशुखाद्य जे की काळसर, हिरवट दिसते जनावरांना खायला देऊ नये. त्याचप्रमाणे शिळे अन्न सुद्धा जनावरांना खायला देऊ नये. बऱ्याच वेळा आपल्याकडे काही समारंभ असल्यास बरेचसे अन्न शिल्लक राहते आणि त्यामुळे ते शिल्लक राहिलेले अन्न ज्यावेळी खूप शीळे होते त्यावेळी जनावरांना खाऊ घातले जाते अशा शिळ्या अन्नांमध्ये बऱ्याचशा वेळी हे जे मायक्रोटेक्सीन आहेत त्यांची वाढ होते. आणि जनावरांना विषबाधा होऊ शकते.

**दूषित खाद्य, चारा व पाणी यामुळे विषबाधा होऊ शकते का?**

आजकाल सगळीकडेच प्रदूषण वाढलेले आहे. औद्योगिक कंपन्यांमुळे रसायनयुक्त कचरा पाण्यामध्ये येत असतो आणि त्यामुळे पाणी सतत प्रदूषित झालेले आपणास आढळते. पाण्याचा रंग बदललेला असतो. त्याप्रमाणे फवारलेली कीटकनाशके खते यांचा अंश पाण्यामध्ये झिरपुन येऊ शकतो. असे अन्न पाणी जनावरांनी सेवन केल्यास त्याचे दुष्परिणाम दिसून येतात.

**जनावरांना विषबाधेपासून वाचवायचे असेल तर काय काळजी घ्यायला हवी?**

1. शेतकऱ्यांनी जनावरांना संतुलित आहार द्यावा.
2. युरिया मीठ यासारखे घटक योग्य प्रमाणातच द्यायला हवेत.
3. त्याचप्रमाणे शुद्ध पाणी व खाद्य चारा जनावरांना मिळाली याची दक्षता घ्यावी
4. उरलेली कीटकनाशके त्यांचे रिकामी आवरणे उरलेली औषधी यांची साठवण जनावरांच्या गोठ्यात करू नये. अशा गोष्टींची योग्य विल्हेवाट लावावी.
5. ज्वारी सारख्या वनस्पतींची अपरिपक्व ठोंबे जनावरांना खायला देऊ नयेत
6. बऱ्याच वेळा इतरांच्या सल्ल्यानुसार औषध उपचार केला जातो पण असा औषधोपचार जनावरांना घातक ठरू शकतो. त्यामुळे पशुवैद्यकांच्या सल्ल्यानेच औषध उपचार केलेला कधीही चांगला.


**विषबाधा आढळून आल्यास शेतकऱ्यांनी काय करावे?**

1. **विषबाधा** आढळून आल्यास शेतकऱ्यांनी सर्वप्रथम तज्ञ पशुवैद्यकांना बोलवावे
2. जनावर शांत सावलीच्या ठिकाणी बांधावी
3. ज्या गोष्टींपासून विषबाधा झाली असे वाटते असा चारा खाद्य पाणी जनावरांपासून दूर ठेवावे
4. अशा घटनांमध्ये वेळ महत्वाची असते त्यामुळे लवकरात लवकर पशुवैद्यकास पाचारण केल्यास जनावरास लवकर उपचार भेटू शकतात
5. पशुवैद्यकांपासून कुठलीही माहिती लपवू नये जेणेकरून योग्य उपचार करता येतील.
6. कीटकनाशकांमुळे विषबाधा झाली असे वाटत असल्यास त्याचे रिकामे आवरण तज्ञास दाखवावे जनावरास लवकर उपचार भेटू शकतात ज्यामुळे औषध उपचार करणे सोपे जाते आणि आपले पशुधनवाचवता येते.

# 2

# जनावरांमध्ये आढळणारी विषबाधा

मागील काही वर्षांपासून माणसाने अनेक क्षेत्रात प्रगती केली आहे. त्याचप्रमाणे वाढत्या लोकसंख्येसाठी लागणारे अन्न पाणी हे वाढवण्यासाठी कृषी आणि पशुसंवर्धन क्षेत्रात अनेक प्रकारच्या नवनवीन रसायनांचा वापर आपण करत आहोत. इतर क्षेत्रात सुद्धा नवीन रसायने आपण वापरतो आहोत. आणि त्याचबरोबर निसर्गात आपण बऱ्यापैकी रासायनिक पदार्थांचे प्रदूषण करत असतो. माणसामुळे हे प्रदूषण होत असल्याचे आपणास जाणवते त्यामुळे माणसात किंवा जनावरात या सर्व रसायनांच्या अनेक अनियंत्रित वापरामुळे कधी कधी विषबाधा झाल्याचे आपणास दिसते. साधारणपणे आपण विषबाधेचे वर्गीकरण कारणावरून करायचे म्हटले तर खालील प्रमाणे होईल.

1.  मुद्दाम घडवलेली विषबाधा आणि
2.  अपघाताने झालेले विषबाधा मुद्दाम घडवलेली विषबाधा

### मुद्दाम घडवलेली विषबाधा:

बऱ्याच वेळा मनुष्यामधील आपापसातील वाद यामुळे एकमेकांच्या जनावरांना विषप्रयोग केलेले आपणास आढळते. याला मुद्दाम घडवलेली विषबाधा असे आपण म्हणू शकतो. याच्यामध्ये कोणताही कोणताही विषारी पदार्थ मुक्या जनावरांसमोर ठेवून त्यांना खायला लावले जाते आणि त्यामध्ये जनावरांचा मृत्यू होतो. दरवर्षी अशा मुद्दाम घडवलेल्या विषबाधा आणि त्यातून

होणारे जनावरांचे मृत्यू यांची पोलीस दरबारी नोंद होत असते.

**अपघाती विषबाधा:**

आता दुसऱ्या प्रकारची विषबाधा म्हणजे अपघाती विषबाधा. याच्यामध्ये जनावर चुकून अशा पदार्थांच्या अथवा रसायनांच्या संपर्कात येते की जे रासायनिक पदार्थ जनावरांना खायला नाही पहिजेत. पण जनावर ते चुकून अथवा अपघाताने खाते आणि विषबाधा दिसून येते. बऱ्याच वेळा जनावरे कीटकनाशक फवारलेला चारा खातात आणि विषबाधा होते. त्याचप्रमाणे घरगुती वापराची रसायने, रंग, तेले, औषधे, शेतीतील रसायने तसेच औद्योगिक क्षेत्रातले टाकाऊ पदार्थ यापैकी कोणत्याही गोष्टीचा जनावरांशी संपर्क आल्यास विषबाधा होऊ शकते. आता हे सर्व विषारी पदार्थ एकतर मानवनिर्मित असू शकतात किंवा नैसर्गिकपणे तयार झालेले असू शकतात. आणि या प्रत्येक रासायनिक पदार्थाच्या अतिरिक्त वापरामुळे किंवा अतिरिक्त सेवनामुळे विषबाधा होऊ शकते.

**नैसर्गिक विषारी पदार्थ:**

निसर्ग मध्ये असे बरेच विषारी पदार्थ आहेत. जसे की, विषारी वनस्पती, विषारी जनावरे, विषारी किटक, विषारी जीवजंतू आणि मातीमधील किंवा खनिजजन्य विषारी पदार्थ या पदार्थांच्या संपर्कात जनावर आल्यामुळे जनावरांमध्ये विषबाधा होण्याची शक्यता जास्त असते. आता यामध्ये आपण विषारी वनस्पतींचा विचार केल्यास निसर्गामध्ये अनेक विषारी वनस्पती आहेत. उदाहरणार्थ बऱ्याच वनस्पतींमध्ये .तिथल्या मातींमध्ये असणारे घटक शोषले जातात. त्यामुळे एखाद्या भागातील मातीमध्ये एखाद्या गोष्टीचे प्रमाण जास्त असेल तर तिथे वाढणाऱ्या वनस्पतींमध्ये सुद्धा अशा घटकांचे प्रमाण जास्त असते आणि अशा वनस्पती जनावरांच्या आहारात आल्यास किंवा त्यांचा अतिरिक्त खान्यात वापर झाल्यास त्या घटकांची जनावरांमध्ये विषबाधा होण्याची शक्यता नाकारता येत नाही. आपण नेहमीच पाहतो की आपल्याकडे कोवळ्या ज्वारीच्या ठोंबापासून जनावरांना मोठ्या प्रमाणात विषबाधा होत असते. त्याचप्रमाणे इतर अनेक वनस्पती आहेत जसे की धोतरा, कन्हेर, काँग्रेस गवत, एरंड, रुई, कुंचला, घाणेरी या वनस्पतींमुळे सुद्धा विषबाधा होते. वनस्पतींमुळे विषबाधा होण्याचे प्रमाण तसे कमी असले तरी अपघाताने ह्या विषबाधा होतच राहतात.

**विषारी प्राणी व कीटक यामुळे होणारी विषबाधा:** निसर्गामध्ये अनेक प्राणी हे विषारी प्राणी म्हणून ओळखले जातात जसे की साप, विंचू, कीटक, विषारी सरपटणारे प्राणी हे अपघाताने जनावरांना दंश करतात. आणि त्यामुळे जनावरांना

विषबाधा होते. निसर्गाने स्वसंरक्षणाची एक पद्धत म्हणून या सर्व प्राण्यांना दिलेली ही देणगी असते पण त्यामुळे बऱ्याच वेळा विषबाधा होते. सर्पदंश विंचू दंश किंवा कीटकांमुळे होणारे दंश यामुळे जनावरांच्या शरीरात विष सोडले जाते. काही वेळा जर असे विष खूप मोठ्या प्रमाणात जनावरंच्या शरीरात सोडले जात असेल तर जनावरे दगावतात सुद्धा अथवा जनावरांमध्ये इतर दोष निर्माण होतात.

**सूक्ष्मजंतूंपासून होणारी विषबाधा:** विषारी कीटक व प्राणी तसेच वनस्पती याप्रमाणेच निसर्गामध्ये बरेचसे सूक्ष्मजंतू आहेत जे आजार निर्माण करतात. त्याचप्रमाणे ते स्वतःची वाढ होत असताना ते काही विषारी पदार्थ वातावरणात सोडत असतात. बरेचसे सूक्ष्मजंतू म्हणजेच बुरशी आणि जिवाणू किवा बॅक्टेरिया हे धान्यावर किवा अन्नावर वाढून त्यांच्यामध्ये काही विषारी पदार्थ सोडत असतात. आपण बऱ्याच वेळा पाहतो. धान्य पावसाने भिजलेले असते आणि मग खराब होत असते. असे धान्य मग मनुष्यास खाणे योग्य राहत नाही आणि मग असे धान्य बऱ्याच वेळा जनावरांना खायला दिले जाते. पण अशा धान्यामध्ये विषारी बुरशी आणि जंतूंची वाढ होऊन विषारी पदार्थ या जंतूंमार्फत त्या धान्यामध्ये सोडले जातात. आणि मग आपली जनावरे आजारी पडल्याचे आपणास दिसते. बऱ्याच वेळा आपल्या घरी काही समारंभ अथवा कार्यक्रम असतो. आणि आपण कार्यक्रम संपल्यानंतर शिळे अन्न जनावरांना खाऊ घालतो पण जर असे अन्न अयोग्य साठवण आणि खूप वेळानंतर शिळे झाल्यानंतर खाऊ घातल्यास अशा अन्नामध्ये जंतूचा प्रादुर्भाव खूप झाल्याचे दिसून येते आणि जनावरांचे आरोग्य खराब होते.

**खनिज पदार्थांपासुन होणारी विषबाधा:** निसर्गामध्ये असणारी अतिरिक्त खनिजे किंवा खनिजांमुळे होणारी विषबाधा हि काहि वेळा आढळते. पृथ्वीचा खूप मोठा भाग पाण्याने व्यापलेला असून पृथ्वीवर 70% पाणी व 30 टक्के जमीन आहे त्यामुळे जमिनीच्या वेगवेगळ्या भागात अनेक प्रकारची खनिजे व क्षार आपणास वेळोवेळी सापडतात. जमिनीतील काही क्षार व खनिजे त्या त्या भागातील अन्नसाखळीमध्ये मुबलक प्रमाणात येतात. बरीचशी खनिजे शरीराच्या दैनंदिन चयापचय प्रक्रियेत उपयोगी पडतात. परंतु बऱ्याच वेळा काही विशिष्ट ठिकाणी विशिष्ट प्रकारची खनिजे मोठ्या प्रमाणात आढळतात. आणि ही अतिरिक्त खनिजे चारा आणि पाण्यामधून जनावरांच्या शरीरात मुबलक प्रमाणात जातात. आणि बऱ्याच वेळा शरीरात साठवली जातात उदाहरणार्थ आरसेनिक, फ्लोराइड, मॉलिब्डेनम, कॉपर किंवा तांबे इत्यादी आणि अशी खनिजे शरीरात शोषलि गेल्यास जनावरांमध्ये विषबाधा निर्माण करू शकतात.

**मानवनिर्मित पदार्थांपासून होणारी विषबाधा:** माणसाने अनेक पदार्थांचा व: रसायनांचा शोध लावला आहे. आणि त्यातील बरीचशी रसायने ही आपल्या दैनंदिन वापरात आपण वापरत असतो. उदाहरणार्थ रंग, औषधे, कीटकनाशके, खते, पेट्रोल, केरोसीन यासारखी तेले तसेच यंत्राना लागणारे वंगण हे सर्व रासायनिक पदार्थही आपल्या दररोजच्या जीवनाचा एक भाग बनलेली आहेत. आणि अशी रंग रसायने हे आयुष्याचे महत्त्वाचा भाग बनलेली असल्याने त्याचे मुबलक प्रमाणात उत्पादन घेतले जाते आणि त्या कारणाने त्याचि उपलब्धता सुद्धा मोठ्या प्रमाणात आहे आणि अशा रसायने जनावरामध्ये खूप मोठ्या प्रमाणात विषबाधा निर्माण करू शकतात. घरगुती वापराचे पदार्थ तसेच वस्तू दैनंदिन जीवनात किंवा घरगुती वापरत आपण खूप मोठ्या प्रमाणात रसायनांचा वापर करत असतो जसे की कपड्याचे साबण सोडा जंतुनाशके सॅनिटायझर्स रंग घरगुती वापराच्या बॅटरीज डांबर गोळ्या रासायनिक चिकटवण्याचे द्रव हे सर्व पदार्थ जर योग्य प्रकारे हाताळले नाहित तर जनावरांच्या आहारात येऊन विषबाधा निर्माण करू शकतात. बन्याच वेळेला घरगुती वापराच्या वस्तूंवरील लेबलनुसार जर त्याचा वापर होत असेल तर विषबाधा होण्याचा धोका कमी असतो. परंतु घरगुती वापराच्या वस्तू बन्याच वेळा जनावरांच्या गोठ्यामध्ये साठवल्या जातात आणि कधी ना कधी त्या जनावरांच्या दावणी मध्ये येऊन जनावरांच्या शरीरात जाण्याचा धोका असतो आणि त्यामुळे विषबाधा होऊ शकते.

**कृषी क्षेत्रात वापरली जाणारी रसायने म्हणजेच कृषी रसायने:** कृषी क्षेत्रातील उत्पन्न वाढवण्याच्या गरजेपोटी आपण सध्या रासायनिक खते कीटकनाशके तन नाशके यांचा अत्युच्च प्रमाणात वापर करत आहोत. आणि बन्याच वेळा कृषी क्षेत्रात वापरली जाणारी रसायने म्हणजेच कृषी रसायने बन्याच वेळा गरजेपेक्षा जास्त वापर करत असतो. अपघाताने होणान्या विषबाधेस कृषी क्षेत्रातील रसायने मोठ्या प्रमाणात कारणीभूत आहेत. बन्याच वेळा शेतकऱ्यांकडून अशा रसायनाची हाताळणी तसेच साठवण योग्य प्रकारे होत नसल्यास विषबाधा होण्याचा खूप मोठा धोका असतो. बन्याच वेळा असे निदर्शनास येते की उंदीर मारण्याचे औषध /रसायन बहुधा लहान जनावरे तसेच कुत्रा मांजर यांच्या खाण्यामध्ये येतात. आणि त्यामुळे विषबाधा होते. त्याचप्रमाणे बीज प्रक्रियेमध्ये वापरले जाणारे बुरशीनाशक तसेच रासायनिक खते यांचे मोठ्या प्रमाणावर अपघाती सेवन केल्याने जनावरांमध्ये विषबाधा निर्माण होते.

**औद्योगिक कचरा:** मागील दोन दशकात भारतामध्ये तसेच महाराष्ट्र मध्ये मोठ्या प्रमाणात औद्योगीकरण झालेले आहे. प्रगत राष्ट्रासाठी औद्योगीकरण

हा जरी महत्त्वाचा भाग असला तरी अशा उद्योगांमधून होणारे प्रदूषण व निर्माण होणारा कचरा दुर्लक्ष करून चालणार नाही. बऱ्याचशा कारखान्यांमधून निर्माण होणारा कचरा किंवा टाकाउ रसायने यांची योग्य विल्हेवाट लावली जात नसेल तर आपण पाहतो की असा कचरा किंवा रसायने ही जवळच्या पाण्याच्या स्त्रोतांमध्ये सोडली जातात. आणि आपण बऱ्याच वेळा पाहिला असेल की पाण्याचा रंग बदललेला असतो किंवा पाण्यावर फेस आलेला असतो म्हणजेच अशा कारखान्यांमधून निर्माण होणारी रसायने पाण्यामार्फत अन्नसाखळीमध्ये प्रवेश करतात व जनावरांमध्ये विषबाधा निर्माण करतात. क्रोमियम, निकेल, मिथेन, शिसे, व इतर औद्योगिक कचरा तसेच धुळ रासायनिक वाफा, क्लोरीन, नायट्रोजन डायॉक्साईड, सल्फर डायऑक्साइड सारखे विषारी वायू हे सर्व घटक अशा कारखान्यांमधून बाहेर पडून विषबाधा निर्माण करू शकतात.

**वैद्यकीय कचरा किंवा वैद्यकीय टाकाउ पदार्थ:** दररोज नवीन नवीन आजार आणि निघणारी नवीन नवीन औषधे त्यामुळे वैद्यकीय क्षेत्रात खूप मोठ्या प्रमाणात औषध क्रांती झाली आहे. त्यामुळे औषध कंपन्या अनेक आवश्यक तसेच अनावश्यक अशा औषधांचा वापर डॉक्टरांना करायला लावतात. यामध्ये सुद्धा खूप मोठ्या प्रमाणात स्पर्धा सुरू आहे. त्याचप्रमाणे मोठ्या प्रमाणावर शिल्लक औषधी घरात साठवली जातात किंवा त्यांचा जनावरांना देताना योग्य प्रमाणात वापर होताना आढळत नाही. यामध्ये योग्य त्या प्रकारचे पशुवैद्यकीय प्रशिक्षण नसणे ही खूप मोठी गोष्ट महत्त्वाच्या औषधांच्या गैरवापरास कारणीभूत आहे. काही ठराविक औषधे ठराविक मार्गाने देणे योग्य असते. अशा औषधांचा मार्ग बदलल्यास जनावरांच्या शरीरावर विपरीत परिणाम होताना दिसतो. बऱ्याच वेळा शेतकरी स्वतः औषधे आणून डॉक्टरांच्या सल्ल्याशिवाय जनावरांना देताना दिसतात. यामुळे योग्य औषधे योग्य मार्गाने दिली नसल्यास विषबाधा होण्याचा धोका असतो. याच्यामध्ये बऱ्याच वेळा डॉक्टरांची असणारी कमतरता तसेच वेळेवर न मिळणारे उपचार या गोष्टींचा सुद्धा समावेश होऊ शकतो. त्याचप्रमाणे पशुवैद्यकीय दवाखाने तसेच माणसांच्या दवाखान्यामधून निघणारा वैद्यकीय कचरा हा सुद्धा बऱ्याच वेळा जनावरांच्या शरीरात जाऊ शकतो कारण बऱ्याच ठिकाणी या घनकच-याचे व्यवस्थापन अथवा विल्हेवाट लावन्यासठि यंत्रना उपलब्ध नसते आणि असा कचरा जनावरंच्या सम्पर्कात येतो आणि विषबाधा होऊ शकते. बऱ्याच वेळा माणसांसाठी बनलेली औषधे जनावरांना वापरली गेली तर काही वेळा ही औषधे विषबाधा निर्माण करू शकतात.

**वातावरणातील प्रदूषण:** औद्योगीकरण तसेच वाढती वाहने यामुळे निसर्गामध्ये खूप मोठ्या प्रमाणावर विषारी वायू सोडले जातात आणि असे घटक जनावरांमधील आरोग्याच्या समस्येस कारणीभूत ठरतात. याच्यामधीलच एक उदाहरण घ्यायचे म्हटले तर पूर्वी पेट्रोल मध्ये लीड किंवा शिसे वापरले जायचे आणि हायवे किंवा मोठ्या रस्त्यांच्या शेजारी जे गवत उगवलेले असायचे त्याच्यामध्ये लीड किंवा शिष्याचे प्रमाण खूप मोठ्या प्रमाणात असायचे. आता सध्या शिष्याचे प्रमाण पेट्रोल मधील विषयाचे प्रमाण कमी केलेले आहे किंवा लीड फ्री पेट्रोल आपल्याकडे आता उपलब्ध आहे.

**जनावरांचा आहार:** नैसर्गिक आहाराव्यतिरिक्त उत्पन्न वाढीच्या दृष्टीने जनावरांना वेगवेगळ्या गोष्टी आहारातून सप्लीमेंट म्हणून पुरवल्या जातात याच्यामध्ये मग खनिज मिश्रण असू शकतात किंवा द्रवरूप कॅल्शियम, मीठ, जीवनसत्त्वे तसेच युरिया सारखे घटक असतात. निश्चितच या सर्व गोष्टी जनावरांच्या गरजेनुसार पुरवल्यास जनावरांचे आरोग्य चांगले राहते मात्र अतिरिक्त उत्पन्न मिळवण्याच्या नादात अनेकदा अशा पुरवणी आहारांचा किंवा सप्लीमेंटचा अतिरेक केला जातो. आणि मग विषबाधा होते उदाहरणार्थ गाई म्हशि साठी बनवलेले गेलेले खनिज मिश्रण जर शेळ्या मेंढ्यांना दिले गेले तर शेळ्या मेंढ्यांमध्ये त्याच्या दुष्परिणाम दिसतात. त्याचप्रमाणे मीठ हे बऱ्याच वेळा शेतकरी चारा किंवा खाद्य हे चवीने खावे किंवा पूर्ण खाल्ले जावे म्हणून मीठ टाकतात. परंतु बऱ्याच वेळा जास्त प्रमाणात जर मीठ टाकले आणि त्याच्यानंतर पाण्याची उपलब्धता नसेल तर जनावरे एवढ्या मोठ्या प्रमाणात मीठ पचवू शकत नाहीत आणि जनावरांमध्ये विषबाधा झालेली आढळते.

# 3

# विषबाधेची तीव्रता ठरवणारे महत्त्वाचे घटक

आपल्या वातावरणामध्ये असे अनेक घटक आहेत ज्याद्वारे विषबाधेची तीव्रता कमी जास्त असू शकते. जसे की

1. जनावरांना विषबाधा निर्माण करणाऱ्या घटकाची मात्रा (किवा प्रमाण)
2. कमी अधिक वेळ
3. जनावरांच्या शरीरात प्रवेश करण्याचा मार्ग,
4. जनावरांचा प्रकार,
5. घेतला जाणारा चारा,
6. जनावरांचे सर्वसाधारण आरोग्य,
7. जनावरांचे वय

असे एक ना अनेक घटक विषबाधेची तीव्रता ठरवत असतात या सर्व गोष्टींचा आपण इथे विचार करणार आहोत. यामध्ये आपण खालील प्रमाणे एका एका घटकांवर विस्तृतपणे बोलूया.

1. विषारी पदार्थांची वैशिष्ट्ये
2. बाधित होणारे जनावरं व त्याच्या आरोग्य आणि वातावरणातील परिस्थिती

**विषारी पदार्थांची वैशिष्ट्ये किंवा गुणधर्म:**

**विषारी पदार्थांची विद्राव्यता:** एखादा रासायनिक पदार्थ जर अतिशय विद्राव्य असेल म्हणजेच तो जर पाण्यात टाकल्यानंतर खुप मोठ्या प्रमाणात विरघळत असेल तर असा पदार्थ शरीरामध्ये लगेच शोषला जातो. आणि तो त्याच्या गुणधर्मांप्रमाणे शरीरावर परिणाम करत असतो. यामध्ये अशा पदार्थांचे क्षार स्वरूपात असणे सुद्धा त्यांची विद्राव्यता वाढवत असते. उदाहरणार्थ बऱ्याच वेळा वैद्यकीय क्षेत्रात निदान करण्यासाठी बेरियम सल्फेट हे रसायन शरीरामध्ये दिले जाते. बेरियम सल्फेट हे कमी प्रमाणात विरघळत असल्याकारणाने ते शरीरात लवकर शोषले जात नाही. त्यामुळे शरीरावर बेरियम सल्फेट या घटकाचा फारसा परिणाम होताना दिसत नाही. याच्या उलट बेरियम सल्फेट ऐवजी बेरियम क्लोराइड म्हणजे सल्फेट ऐवजी क्लोराईड हे क्षार वापरले तर बेरियम क्लोराइड हा लगेच विरघळणारा घटक असून तो शरीरात लगेच शोषला जातो. आणि त्यामुळे एकदा शरीरात शोषले गेल्यानंतर बेरियम क्लोराईड हा घटक त्याचे शरीरावरील चांगले अथवा वाईट परिणाम दाखवायला सुरुवात करतो.

**विषारी पदार्थांचे स्वरूप किंवा अवस्था:** आपणास माहित आहे की कोणताही पदार्थ हा घन, द्रव किंवा वायुरूपात असतो. म्हणजेच इथे आपण घन, द्रव किंवा वायुरूपामध्ये तुलना केली तर घन पदार्थांपेक्षा द्रव पदार्थ शरीरात लगेच शोषले जातात त्याचप्रमाणे वायुरूपातील पदार्थ सर्वात अगोदर शरीरावर परिणाम करतील. आणखी खोलात जायचे तर घन पदार्थांचा आकार जेवढा कमी तेवढे ते अधिक प्रमाणात शरीरात शोषले जातात. एखाद्या ढेपे पेक्षा जर पावडर स्वरूपात जनावरास एखादा पदार्थ खायला दिला तर तो लवकर शोषला जाईल. आणि मग असा पदार्थ विषारी असेल तर विषबाधा निर्माण होऊ शकते.

**विषारी पदार्थांची शुद्धता किंवा विषारी घटकांची शुद्धता:** विषबाधा निर्माण करणारा पदार्थ जर अतिशय शुद्ध स्वरूपात असेल तर असा पदार्थ विषबाधा लवकर निर्माण करू शकतो. उदाहरणार्थ तुम्ही एखादी कीटकनाशक घेतले तर दुकानातून घेतल्या गेलेले कीटकनाशकांच्या द्रावणाच्या बाटलीवर त्याचे प्रमाण लिहिलेले असते. मात्र फवारणीच्या अगोदर आपणास त्याचे पाण्यामध्ये टाकून द्रावण तयार करावे लागते. म्हणजेच जर 'ए' हे द्रावण जर ओरिजनल असेल व आपणास लागणारे द्रावण करताना आपण 'ए' मधील पाच मिली हे दहा लिटर पाण्यात मिसळून 'बी' हे द्रावण तयार केले तर यावेळी आपण म्हणू शकतो की 'ए' हे द्रावण जास्त शुद्ध आहे म्हणजेच जर जनावराने हे द्रावण पिले तर 'बी' ह्या द्रावणापेक्षा विषबाधा निर्माण होण्याची टक्केवारी जास्त असलेली आपणास पाहायला मिळते. याच्या उलट 'बी' हे द्रावण जनावराने चाठले तर विषबाधेची

शक्यता कमी असू शकते. त्यामुळे विषारी पदार्थांच्या शुद्धतेवर सुद्धा विषबाधेची तीव्रता अवलंबून असू शकते.

**विषारी पदार्थांचे भौतिक तसेच रासायनिक गुणधर्म:** पदार्थांचे भौतिक तसेच रासायनिक गुणधर्म बऱ्याच अंशी विषबाधेची तीव्रता ठरवतात. अशा पदार्थांची मेदामध्ये म्हणजे फॅट मध्ये विरघळण्याची क्षमता, त्यांचे आण्विक वजन, तसेच त्यांचा शरीरातील प्रथिनांबरोबर संयोग पावण्याची क्षमता या सर्व गोष्टी विषबाधेची तीव्रता ठरवतात. शरीरामधील प्रत्येक पेशीचे आवरण किंवा भिंतीमध्ये मेदाचे काही प्रमाण असते. त्यामुळे असा विषारी पदार्थ मेदामध्ये विरघळत असेल तर तो शरीरात लगेच शोषला जातो. आणि त्यामुळे विषबाधा निर्माण होण्याची शक्यता जास्त असते. जर असे रासायनिक घटक शरीरात प्रवेश केल्यानंतर प्रथिनांबरोबर संयोग पावत असतील तर विषबाधा निर्माण करण्यासाठी मुक्त असणारे घटक कारणीभूत ठरतात मात्र संयोग पावणारे नाही. त्यामुळे विषबाधेची तीव्रता कमी होते.

**बाधित होणारे जनावर:** त्याच्यानंतर बाधित होणाऱ्या जनावरांबद्दल आपण जाणून घेऊया. बाधित होणारे जनावर कुठल्या प्रकारचे आहे म्हनजे ते नर आहे की मादी आहे किंवा कुठल्या प्रजातीचे आहे. त्याच्यावर सुद्धा विषबाधेची शक्यता तसेच तीव्रता मोठ्या प्रमाणात अवलंबून असते. बाधित होणारे जनावर त्याचा प्रकार लिंग वय आरोग्याची स्थिती या सर्व गोष्टी विषबाधेची तीव्रता निश्चित करतात आता आपण एक एक करून या गोष्टींची माहिती घेऊया.

1. जनावरांची प्रजाती जनावर कुठल्या प्रजातीचे आहे यावर बऱ्याच वेळा विषबाधाची तीव्रता अवलंबून असते. प्रत्येक प्रजातीमध्ये एकच रासायनिक पदार्थ वेगवेगळ्या पद्धतीने त्याची प्रक्रिया आणि विल्हेवाट शरीराकडून लावली जाते. उदाहरणार्थ उंदीर मारण्यासाठी तयार केलेले विषारी पदार्थ उंदराने खाल्ल्यास उंदराचा मृत्यू होतो परंतु तेच उंदीर मारण्याचे रसायन कुत्र्याने चाटल्यास कुत्र्या लगेच उलटी करतो. आणि उंदराच्या विषापासून वाचतो याचे कारण म्हणजे दोन प्रजातींबद्दल जीवशास्त्रीय अंतर, कारण उंदरांमध्ये उलटी करण्याची क्षमता नसते किंवा ती प्रक्रियाच अस्तित्वात नसते त्यामुळे उंदराने खाल्लेले रासायनिक विष त्याच्या शरीरात शोषले जाऊन उंदीर मारला जातो परंतु कुत्रा उलटी करू शकत असल्याने हे विष शरीराबाहेर टाकतो आणि वाचतो याचा अर्थ असा नाही की उंदराचे विष कुत्र्याला हानिकारक नाही. कारण विषारी पदार्थ खाल्ल्यापासून उलटी

करेपर्यंत अशा विषाचा काही भाग शरीरात शोषला जातो. परंतु जर कुत्र्याने कमी प्रमाणात विष प्राशन केले असेल तर ते उलटी द्वारे बाहेर पडून विषबाधा होण्याची शक्यता कमी असते. मात्र हेच विष कुत्र्याने अतिप्रमाणात खाल्ले तर काही प्रमाणात विषबाधा होऊ शकते. आणखी एक उदाहरण घ्यायचे झाले तर ससा. ससा या प्राण्यांमध्ये धोतरा या वनस्पतीमध्ये हायोसीन व ॲट्रोपिन सदृश्य रासायनिक घटक असतात. अर्थात ॲट्रोपिन हे औषध म्हणून पण वापरले जाते मात्र प्रत्येक गोष्ट प्रमाणात वापरली तर औषध असते. आणि अतिरिक्त असेल तर हानिकारक असते. त्यामुळे धोत्रा ही वनस्पती ससा सोडून इतर जनावरांमध्ये विषबाधा निर्माण करतात करताना दिसून येतात पण सशयाच्या यकृतामध्ये ॲट्रॉपीनेज नावाचे एक उत्प्रेरक असते की जे ॲट्रोपिन या घटकाचा नाश करत असते. आणि त्यामुळे सशांमध्ये धोतरा या वनस्पतीची किंवा ॲट्रोपिन या घटकाची विषबाधा आढळून येत नाही.

2. **जनावरांची जात:** एकाच प्रजातीमधील जनावरांच्या वेगवेगळ्या जाती एकाच विषारी पदार्थांस वेगवेगळ्या पद्धतीने प्रतिसाद देतात. उदाहरणार्थ आईवरमेक्टिन हे एक परजीवी विरोधी औषध असून कुत्र्यांमध्ये परजीवी नियंत्रणासाठी हे वापरले जाते. मात्र कोलि जातीच्या कुत्र्यामध्ये याची विषबाधा होताना आढळते तर इतर कुत्र्यांच्या जातीत हे सुरक्षित मानले जाते.

3. **जनावरांचे वय:** नुसतीच जन्मलेली वासरे अथवा पिल्ले तसेच जास्त वय झालेल्या जनावरांमध्ये विषबाधा सहन करण्याची क्षमता कमी असते. याचे कारण म्हणजे कोणताही बाह्य पदार्थ ज्यावेळी शरीरात प्रवेश करतो. त्यावेळी त्याचे विघटन किंवा चयापचय होऊन शरीराबाहेर टाकण्याचे काम शरीरातील महत्त्वाचे अवयव जसे की, यकृत आणि किडनी म्हणजेच मूत्रपिंड करत असतात मात्र लहान जनावरांमध्ये हे अवयव अजून पूर्णपणे कार्यक्षम झालेले नसतात. त्यामुळे एखादा विषारी पदार्थ असा लहान आणि अवयस्क जनावरांच्या शरीरात गेल्यास त्याची विल्हेवाट शरीराद्वारे लावली जात नाही. त्यामुळे लहान पिल्ले किंवा वासरांमध्ये विषबाधेचे प्रमाण जास्त दिसते. त्याचप्रमाणे म्हाताऱ्या जनावरांमध्ये यकृताची हानी खूप झालेली असते. त्याच्यामुळे ते यकृत आणि मूत्रपिंड किंवा किडनीची कार्यक्षमता कमी झाली असल्याकारणाने विषबाधेचा प्रभाव जास्त दिसून येतो. त्यामुळेच कीटकनाशके जनावरांच्या अंगावर फवारताना लहान वासरांना कमी क्षमतेची कीटकनाशके फवारणी करावीत अथवा लहान वासरावरील कीटकनाशकांची फवारणी टाळावी.

4. **जनावरांचा आहारः** जनावरांचा आहार आणि आरोग्य उत्तम असेल तर अशी जनावरे विष शक्यतो बळी पडत नाहीत मात्र जनावरांच्या आहारात जर काही महत्त्वाच्या पोषक तत्त्वांची कमतरता असेल तर अशी जनावरे विषबाधेस बळी पडतात उदाहरणार्थ जनावरांच्या आहारात जर स्फुरद किंवा फॉस्फरस या घटकाची कमतरता असेल तर जनावरांमध्ये पायका हा आजार होतो. आणि मग जनावरे अखाद्य वस्तू जसे की चप्पल, प्लास्टिक, कपडे किंवा एखादा रासायनिक द्रव पदार्थ चाटत राहतात. आणि त्यामुळे असे एखाद्या वस्तू ज्या खायला नाही पाहिजेत अशा वस्तू खाल्ल्या जातात. आणि मग अशा गोष्टींमुळे विषबाधा होण्याची शक्यता जास्त असते. त्याचप्रमाणे जनावरांचे आरोग्य चांगले असल्यास जनावरांमध्ये विषबाधा होण्याची शक्यता कमी असते. आजारी जनावरही विषबाधेस लवकर बळी पडतात.

5. **जनावरांच्या आसपासचे वातावरण:** जनावरांच्या आसपासचे वातावरण कसे आहे यावर बऱ्याच गोष्टी अवलंबून असतात. तापमान वातावरणात किती प्रमाणात उष्णता किंवा थंडी आहे यावर विषारी पदार्थांचे शोषण तसेच अवलंबून असते वातावरणात थंडी असल्यास शरीरात गेलेल्या विषारी पदार्थाचे विघटन लवकर होते कारण जनावरांच्या चयापचयाच्या प्रक्रिया वेगाने सुरू असतात त्याच्या उलट अति उष्णता असल्यास चयापचयाचा वेग मंद झाला असल्याकारणाने शरीरात गेलेल्या विषारी पदार्थाची विल्हेवाट लवकर लावली जात नाही आणि असा विषारी पदार्थ शरीरात जास्त वेळ राहिल्याने विषबाधा होण्याचा धोका जास्त असतो.

6. **गोठ्यातील खेळती हवा:** जर जनावरांचा गोठा हवेशीर असेल तर जनावरांना पुरेसा प्राणवायु मिळत असतो. मात्र बऱ्याच वेळा छोट्या छोट्या जागेत खूप जास्त संख्येत जनावरे ठेवली जातात आणि पुरेशी मोकळी हवा अथवा खिडक्या नसल्यास एखाद्या वायुरूपातील विषारी पदार्थाची विषबाधा होण्याची शक्यता जास्त असते.

7. **जनावरांच्या गोठ्यातील व सभोवतालचे व्यवस्थापनः** विषबाधा ही क्वचित घडणारी घटना असली तरी त्यामुळे शेतकऱ्यांचे एकाच वेळी खूप मोठे नुकसान होऊ शकते. त्यामुळे व्यवस्थापन हे अतिशय महत्त्वाचे आहे पुढील गोष्टींचा विचार नक्कीच करावा.

   ◦ सर्वात जास्त विषबाधेस कारणीभूत असणारा घटक म्हणजे कीटकनाशके. त्यामुळे अशा कीटकनाशकांच्या वापरा संदर्भात आपण

काळजी घेतली पाहिजे.

- बंदी घातलेली कीटकनाशकेही वापरू नयेत.

- कीटकनाशकांची द्रावण तयार करण्यासाठी वापरली जाणारी भांडी, मग ती बादली, मग, तांब्या हे परत जनावरांसाठी वापरू नये.

- तसेच शिल्लक राहिलेली कीटकनाशके, औषधे जनावरांच्या गोठ्यात साठवून हे कधी न कधीतरी ते शिल्लक राहिलेली औषधी जनावरांच्या गवानी मध्ये पडतात आणि मग जनावरांमध्ये ती विषबाधा निर्माण करू शकतात.

- रिकाम्या कीटकनाशकांच्या तसेच औषधांच्या बाटल्यांची योग्य विल्हेवाट लावावी. तसेच अशी रिकामी आवरणे बाटल्या जनावरांच्या संपर्कात येणार नाहीत याची काळजी घ्यावी.

- शेतीसाठी असणारी कीटकनाशके जनावरांच्या अंगावर फवारू नयेत शेतीसाठी असणारी कीटकनाशके अतिशय तीव्र प्रकारची असून ती जनावरांमध्ये विषबाधा निर्माण करण्याची शक्यता जास्त असते. जनावरांसाठी असणारी कीटकनाशके सौम्य प्रकारची असतात.

- गोठ्याच्या आसपास स्वच्छता ठेवावी त्यामुळे कीटकांचा बंदोबस्त होऊन कीटकनाशके फवारण्याची गरज पडणार नाही.

- जनावरांच्या अंगावर जखमा असल्यास कीटकनाशके फवारू नयेत. कारण त्याच्या मधून कीटकनाशकांचे शोषण जनावरांच्या शरीरात होण्याची शक्यता असते. आणि त्याच्यामुळे विषबाधा होऊ शकते.

- एका जनावराच्या अंगावर मारलेले कीटकनाशक दुसऱ्या जनावरांनी चाटू नये याची काळजी घ्यावी.

- जनावरांचे खाद्य पाणी हे दूषित नसावे खाद्य जर जुने अथवा भेटलेले असेल तर त्यात बुरशी लागण्याची शक्यता जास्त असते आणि अशा बुरशी विषारी घटक खाद्यामध्ये सोडत असतात ज्यामुळे खाद्याचा रंग बदललेला असतो व असे खाद्य विषबाधा निर्माण करू शकते.

# 4

# कीटकनाशकांपासून जनावरांना कसे वाचवाल?

**कीटकनाशके म्हणजे काय?**

लोकसंख्या वाढ जसजशी होत गेली. त्याप्रमाणे शेती क्षेत्रातून अधिक उत्पादन मिळवणे अनिवार्य होऊन बसले आणि त्यामुळे कृषी उत्पादनात रासायनिक कीटकनाशकांचा वापर आपण करू लागलो. असे अनेक रासायनिक कीटकनाशके आहेत त्यांचे विविध गट पहावयास मिळतात. या कीटकनाशकांचा वापर शेतातील किडीचा प्रादुर्भाव रोखण्यासाठी किंवा तनाचा प्रादुर्भाव रोखण्यासाठी आपण नेहमी करत राहतो. त्याचप्रमाणे जनावरांच्या अंगावरील परिजीवी जसे की गोचीड पीसू यांचे नियंत्रण तसेच मुंगी, उंदीर यापासून संरक्षणासाठी रासायनिक कीटकनाशके वापरली जातात.

**कीटकनाशके आणि जनावरांचा संबंध कसा येतो?**

बऱ्याच वेळा अलीकडच्या काळात कीटकनाशके फवारलेली पिके अथवा चारा जनावरांच्या खाण्यात येत असतो. त्याचप्रमाणे कीटकनाशकांचे रिकामे डबे अथवा बाटल्या जनावरांकडून चाठल्या जातात अथवा कीटकनाशक तयार केलेले द्रावण अथवा पाणी जनावरांकडून पीले जाते. गोचीडनाशके अथवा गोठ्यात फवारलेली रासायनिक कीटकनाशके चाऱ्यांमध्ये अथवा खाद्यात मिक्स होऊन जनावरांना विषबाधा होऊ शकते.

बऱ्याचदा परजीवी नियंत्रण आणि गोचीड निर्मूलनासाठी रासायनिक कीटकनाशके वापरली जातात व विषबाधा होते तर त्या संदर्भात आपण काय काळजी घ्यायला पाहिजे?

1. गोचीड नियंत्रणासाठी जी रासायनिक औषधे अथवा कीटकनाशके वापरली जातात ती वापरताना योग्य त्या प्रमाणातच वापरली पाहिजेत.
2. जनावरांच्या अंगावर जखमा असू नये.
3. जनावर ते द्रावण चाटणार नाही याची काळजी घ्यावी
4. तसेच इतर जनावरे अथवा छोटी कालवड वासरे अशा जनावरांना चाटणार नाही याची काळजी घ्यावी.
5. विषबाधेची लक्षणे दिसतात तातडीने पशुवैद्यकास बोलवावे व उपचार सुरूवे करावेत

शेतीसाठी असणारी कीटकनाशके आणि जनावरांच्या गोचीड नियंत्रणासाठी वापरली जाणारी कीटकनाशके एकच असतात का आणि ती वापरावीत का?

तर शेतीसाठी असणारी कीटकनाशक यांनी जनावरांची कीटकनाशके ही निश्चितच वेगळी असतात. शेतीसाठी असणारी कीटकनाशके ही अति तीव्र स्वरूपाची असतात व अशी कीटकनाशके कदापी जनावरांसाठी वापरू नयेत. त्यामुळे विषबाधा होण्याचा धोका जास्त असतो.

एखाद्या जनावराने चुकीने कीटकनाशकांच्या सेवन केल्यास काय करावे?

एखाद्या जनावराने चुकीने कीटकनाशकांचे सेवन केल्यास प्रथमता: पशुवैद्यकास पाचारण करावे तसेच नेमके कोणते कीटकनाशक जनावरांच्या खाण्यात आले याची माहिती द्यावी. म्हणजे उपचार करणे सोपे जाते कोणतीही माहिती पशुवैद्यकांपासून लपवू नये. त्याचप्रमाणे जनावरांना शांत ठिकाणी बांधावे. गोचीडनाशक अंगावर फवारल्यामुळे विषबाधा झालेली असल्यास जनावरांना त्वरित स्वच्छ पाण्याने धुवून घ्यावे. कीटकनाशक युक्त चारापाणी जनावरांपासून दूरर ठेवावे

विषबाधे सारखे अपघात टाळण्यासाठी कोणती काळजी घ्यायला पाहिजे?

बऱ्याच वेळा कीटकनाशके यामुळे होणारे विषबाधा मानवी चुकांमुळे घडते शेतासाठी वापरली जाणारी कीटकनाशके जनावरांच्या गोठ्यामध्ये तयार केली जातात किंवा जनावरांच्या पाणी पिण्याच्या भांड्यात तयार केली जातात तर असे करणे टाळावे. वेगळी भांडी व वेगळी जागा निवडावी. त्याचप्रमाणे दुसरी

महत्वाची चूक म्हणजे कीटकनाशके वापरल्यानंतर कीटकनाशकांचे रिकामे डबे अथवा बाटल्या गोठ्यात फेकल्या जातात अथवा साठवल्या जातात आणि अशा रिकाम्या बाटल्यांशी जनावरांचा बन्याच वेळा संपर्क येतो आणि विषबाधा होते. त्यामुळे अशा अर्धवट वापरलेल्या रिकाम्या बाटल्या योग्य प्रकारे नष्ट करावेत. पडीक जमिनीत खोल खड्डा काढून गाडून टाकाव्यात.

**कीटकनाशके फवारलेला चारा यापासून काही अपाय होऊ शकतो का?**

निश्चितच. अलीकडच्या काळात जर चाऱ्यावर कीटकनाशके फवारले असतील तर चा असा चारा जनावरांना खायला देऊ नये. साधारण कीटकनाशक फवारलेला चारा 15 ते 20 दिवस जनावरांसाठी कापू नये.

**कीटकनाशकांमुळेच विषबाधा झाली आहे हे कसे ओळखावे किंवा जनावरांमध्ये विषबाधेची कोणती कोणती लक्षणे दिसतात?**

1. कीटकनाशकांमुळे जर विषबाधा झाली असेल तर असे जनावर अस्वस्थ होते
2. जनावर सतत हंबरते
3. जनावर खूप प्रमाणात लाळ गाळते
4. जनावराचे तापमान वाढते किंवा कमीही होऊ शकते
5. सतत लघवी किंवा शेण जनावर टाकत राहते.
6. गोल गोल फिरते
7. इतर वस्तूंवर धडकते
8. रागीट बनते,
9. धडपडते खाली पडते अशा प्रकारची लक्षणे दिसू शकतात

**शेवटी शेतकऱ्यांनी कीटकनाशके वापरताना कोणती काळजी घ्यायला पाहिजे?**

1. प्रथमतः शेतकऱ्यांनी गरजेनुसार व योग्य प्रमाणातच कीटकनाशके वापरली पाहिजेत. अनावश्यक कीटकनाशकांचा वापर टाळावा
2. जनावरांच्या गोठ्यापासून दूर अशा ठिकाणी कीटकनाशकांची द्रावणे तयार करावीत.
3. जनावरांची भांडी अशा कामांसाठी वापरू नयेत.
4. शेतीसाठी असणारी कीटकनाशके जनावरांच्या अंगावर फवारू नयेत
5. गोचीडनाशके वापरताना जनावरांच्या अंगावर जखमा असू नयेत

6. गोचीडनाशके योग्य प्रमाणातच वापरावीत
7. जनावर एकमेकांना चाटणार नाही द्यायची काळजी घ्यावी
8. कीटकनाशकांच्या अर्ध्या भरलेल्या किवा रिकाम्या डब्यांची साठवण गोठ्यामध्ये कधीच करू नये व त्याची योग्य विल्हेवाट लावावी
9. नेहमी वापरलेल्या कीटकनाशकांचे लेबल वाचून घ्यावी व त्यांची नोंद ठेवावी म्हणजे चुकून विषबाधा झाल्यास लवकर निदान होउन योग्य ते उपचार पशुवैद्यक करू शकतील

# 5

# कीटकनाशकांमुळे जनावरांमध्ये होणारी विषबाधा

जागतिक आरोग्य परिषदेच्या मतानुसार जगभरात दरवर्षी दोन लाख पन्नास हजार पेक्षा जास्त लोक विषबाधेमुळे मृत्यूमुखी पडतात. यामध्ये फक्त कीटकनाशकांमुळे होणारे मृत्यू दीड लाखापेक्षा जास्त आहेत. मागील 50 ते 60 वर्षात भारतामध्ये कृषी क्षेत्रातील उत्पन्न वाढीच्या गरजे पायी कीटकनाशकांचा वापर खूप मोठ्या प्रमाणात वाढला आहे. बऱ्याच पिकांवर किडीचा प्रादुर्भाव होतो. त्याचप्रमाणे शेतामध्ये वाढणारे तन तसेच पिक वाढ होण्यासाठी दिली जाणारी संप्रेरके व किटकनाशके त्यामुळे आजकाल कुठलेच पीक कीटकनाशकांविना शेतातून निघत नाही. जगभरात निर्बंध घातलेली कीटकनाशके भारतात .बेकायदेशीरपणे उत्पादित केली जातात. आणि विकली सुद्धा जातात. कीटकनाशके कशी वापरावी किंवा वापरताना काय काळजी घ्यावी याविषयी असणारे अज्ञान आणि निष्काळजीपणा यामुळे बऱ्याच वेळा कीटकनाशकांमुळे विषबाधा झाल्याचे आपणास दिसते. फक्त माणसांमध्येच नाही तर जनावरांमध्ये सुद्धा विषबाधा होण्याची शक्यता जास्त असते. बऱ्याच वेळा मनुष्यामधील शत्रुत्व जनावरांच्या जीवावर बेतते आणि मग जनावरांना मुद्दामहून कीटकनाशके खायला घालुन मारले जाते. जनावरांमध्ये कीटकनाशकांमुळे होणाऱ्या विषबाधेमध्ये बऱ्याच वेळा अपघाताने विषबाधा होते.

किंवा गुन्हेगारी प्रवृत्तीमुळे विषबाधा होते. अपघाताने होणारी विषबाधा ही बहुतेकदा निष्काळजीपणा किंवा कीटकनाशकांच्या निष्काळजीपणे हाताळण्याच्या वृत्तीमुळे घडलेली आपणास पाहावयास मिळते. जनावरांसाठी वापरली जाणारी कीटकनाशके म्हणजेच गोचीड, माशा तसेच इतर परजीवी नियंत्रणासाठी काही कीटकनाशके वापरली जातात. अशी कीटकनाशके जनावर चुकून प्राशन करू शकतात आणि मग विषबाधा होते. बऱ्याच वेळा शेतामध्ये फवारली जाणारी कीटकनाशके जनावरांच्या गोठ्यात किंवा जनावरांच्या अंगावर फवारली जातात परंतु शेतीसाठी वापरली जाणारी कीटकनाशके ही अतिशय तीव्र प्रकारची असतात. त्यामुळे अशी कीटकनाशके जनावरांमध्ये विषबाधा निर्माण करू शकतात. शेतीसाठीच्या कीटकनाशकांची द्रावणे जनावरांच्या गोठ्यात तयार केली जातात. आणि मग अपघाताने लहान वासरे किंवा मोठी जनावरे सुद्धा त्याचे प्राशन करतात. आणि मग विषबाधा होते कीटकनाशकांची द्रावणे ही बहुतेक जनावरांसाठी वापरल्या जाणाऱ्या भांड्यांमध्ये केली जातात. आणि नंतर अशी भांडी व्यवस्थित स्वच्छ न करता किंवा स्वच्छ पाण्याने न धुता जनावरांच्या खाद्य पाण्यासाठी वापरली जातात. त्यामुळे विषबाधा होण्याची शक्यता असते. कीटकनाशकांच्या रिकाम्या बाटल्या किंवा खोकी किंवा अर्धवट राहिलेले कीटकनाशक जनावरांच्या गोठ्यात ठेवले जाते किंवा जनावरांच्या खाद्य ठेवण्याच्या जागेवर ठेवले जाते. त्यामुळे कधी कधी अपघाताने असे कीटकनाशक जनावरांच्या आहारामधून शरीरात प्रवेश करते आणि मग विषबाधा होते. समजा एखाद्या शेतात कीटकनाशक फवारले आहे आणि अशा शेतातून वाहत येणारे पाणी जनावरांनी प्राशन केल्यास सुद्धा विषबाधा होऊ शकते. दुसऱ्या जनावरांच्या अंगावर फवारलेले कीटकनाशक इतर जनावरांनी चाटल्यास विषबाधा होऊ शकते. परजीवी नियंत्रणासाठी एखाद्या जनावरांच्या अंगावर कीटकनाशक फवारताना जर अशा जनावरांच्या अंगावर जखमा असतील तर कीटकनाशक शरीरात शोषले जाऊन विषबाधा होऊ शकते. बरीचशी कीटकनाशके जनावरांच्या शरीरात शोषली गेल्यानंतर ती लघवी तसेच दूध यामधून बाहेर टाकली जातात अशा जनावरांच्या वासरांना किंवा पिल्लांना दुधामधून विषबाधा होण्याची शक्यता असते. जनावरांच्या गोठ्यामध्ये गोचीड नाशक किंवा इतर कीटकनाशकांची फवारणी केल्यानंतर जर योग्य काळजी घेतली नाही आणि जनावरांनी अशी भांडी किंवा अशा भिंतीवर फवारलेले कीटकनाशक चाटले तर विषबाधा होण्याची शक्यता असते. उंदीर मारण्यासाठी शेतामध्ये तसेच जनावरांच्या गोठ्यामध्ये ठेवलेल्या कीटकनाशक मिश्रित अन्नाचा गोळा किंवा

मेलेला उंदीर जनावरांच्या खाण्यात आल्यास जनावरांना विषबाधा होऊ शकते. पेरणीसाठी आणलेले बियाणे हे कीटकनाशक किंवा बुरशीनाशक प्रक्रिया केलेले असते. असे बियाणे जनावरे किंवा पक्षांनी खाल्ले तर जनावरे किंवा पक्षी बाधित होऊ शकतात.

विषबाधेचा दुसरा प्रकार म्हणजे मुद्दामहून घडवलेले विषबाधा. बऱ्याच वेळा एकमेकांशी असलेले वाद यामधून सुडपद्धतीने जनावरांना विषारी पदार्थ चारले जातात. त्यामुळे जनावरे बाधित होतात. रासायनिक दृष्ट्या कीटकनाशकांचे वेगवेगळे प्रकार असतात आणि विषबाधेनंतरचे होणारे उपचार सोपे व्हावेत म्हणून हे कीटकनाशकांचे प्रकार आपणास माहीत असणे गरजेचे आहे.

तर कीटकनाशके कुठल्या कुठल्या प्रकारचे आहेत.

1. ऑरगॅनो क्लोरीन
2. ऑरगॅनो फोस्फरस
3. कार्बा मेट
4. पायरेथॉइड
5. नवीन कीटकनाशके आणि त्याचप्रमाणे
6. नैसर्गिक कीटकनाशके सुद्धा आहेत

# 6

# ऑरगॅनो क्लोरीन या प्रकारच्या कीटकनाशकांमुळे होणारी विषबाधा

ही सामान्यपणे शेतामध्ये व इतरत्र वापरण्यात येणाऱ्या कीटकनाशकांमुळे आढळते. ऑरगॅनो क्लोरीन प्रकारचे कीटकनाशक मोठ्या प्रमाणात वापरले जाते. यामध्ये असणारी कीटकनाशके म्हणजे बीएचसी म्हणजेच बेंजीन हेक्साक्लोराईड पावडर, डीडीटी पावडर, अल्ड्रिन, एन्ड्रिन, क्लोरीडेन, इत्यादी अनेक प्रकारची क्लोरीन असणारी कीटकनाशके यामध्ये याचा समावेश होतो. ऑरगॅनो क्लोरीन विषबाधे मध्ये दिसणारी लक्षणे तीव्र प्रकारची असु शकतात. एकाच वेळी खूप मोठ्या प्रमाणात ऑरगॅनो क्लोरीन जनावरांच्या शरीरात गेल्या तीव्र प्रकारची विषबाधा होऊ शकते. बऱ्याचशा जनावरांमध्ये 24 तासांमध्ये लक्षणे दिसू लागतात.

1. बाधित जनावर अस्वस्थ होते.
2. छोट्या छोट्या गोष्टींना खूप उग्र प्रतिसाद देते
3. त्वचा थरथरते
4. डोळे उघडतात करते
5. जनावर स्वतःच्या हालचालीवर नियंत्रण ठेवू शकत नाही

6. जनावर स्वतःहून गोल गोल फिरते
7. अनियंत्रित हालचालीमुळे रस्त्यात येणाऱ्या प्रत्येक गोष्टींना जनावर धडकते किंवा धडकून पडते
8. जनावर दोन्ही पायांमध्ये डोके ठेवून छाती जमिनीकडे करून बसते
9. मध्ये मध्ये जनावर झटके देते.
10. रस्त्यात येणाऱ्या प्रत्येक गोष्टींना जनावर धडकते किंवा पडत असल्यामुळे जनावरांच्या अंगावर जखमा होतात किंवा इजा होण्याची शक्यता असते.
11. या विषबाधेमधील महत्वाचे लक्षण म्हणजे जनावरांच्या शरीराचे तापमान साधारणता 105 ते 106 डिग्रीच्या पुढे जाते.
12. डोळ्याची बुब्बुळे मोठी होतात.
13. सतत फेस युक्त लाळ गळते.
14. जनावर पातळ शेण टाकत राहते
15. सतत लघवी करणे ही महत्वाची लक्षणे आहेत

आता जुनाट प्रकारची विषमता जुनाट प्रकारची विषबाधा म्हणजे जर ऑर्गानो क्लोरीन प्रकाराचे कीटकनाशक थोड्या थोड्या प्रमाणात बरेच दिवस जर जनावरांच्या शरीरात जात राहिले तरी हे कीटकनाशक शरीरातील चरबीमध्ये साठवून राहते. आणि मग वातावरणातील आपत्ती आणि बिकट परिस्थितीचा ताण जसे की अति थंडी अति उष्णता त्यामुळे चरबी वितळू लागते आणि त्यासोबतच शरीरामधील कीटकनाशक सुद्धा सर्वत्र पसरते आणिळु विषबाधेची लक्षणे दिसू लागतात.

1. जनावरांची भूक मंदावते
2. उत्पादन तसेच तसेच जनावरांची कार्यक्षमता कमी झालेली आपणास दिसून येते

ऑर्गॅनो क्लोरिन प्रमाणेच इतर विषबाधेमध्ये सुद्धा जवळपास सारखीच लक्षणे दिसतात. जसे की अतिरिक्त मिठामुळे होणारे विषबाधा, शीसे, युरिया यांची विषबाधा तसेच स्ट्राइकनिंन सारख्या घटकांची विषबाधा. त्यामुळे विषबाधेबद्दल पशुवैद्यकांना पूर्ण माहिती द्यावी म्हणजे निदान करणे सोपे होते.

उपचार आणि प्रतिबंध: ऑरगॅनो क्लोरीन घटकाच्या विषबाधेमध्ये विशिष्ट किंवा नेमके असे उपचार नसले तरी पशुवैद्यक लक्षणानुसार उपचार करतात. प्रतिबंधक उपाय सर्वात महत्त्वाचे असतात. त्यामुळे खालील बाबींचा नक्कीच विचार करावा.

1. कीटकनाशकांची द्रावणे जनावरांच्या संपर्कात येणार नाही याची काळजी घ्यावी.
2. कीटकनाशक बनवण्यासाठी जनावरांची भांडी वापरू नयेत.
3. कीटकनाशकांची साठवण जनावरांच्या गोठ्यात करू नये.
4. डॉक्टरांच्या सल्ल्यानेच गोचिडनाशके तसेच कीटकनाशके जनावरांसाठी वापरावीत.
5. जनावरांच्या अंगावर कीटकनाशक फवारल्यानंतर योग्य वेळेनंतर जनावरांना स्वच्छ धुऊन घ्यावे
6. विषबाधेची शंका येताच त्वरित पशुवैद्यकांना संपर्क करावा
7. अर्धवट वापरलेली कीटकनाशके त्यांचे डबे तसेच बाटल्या यांची सुरक्षित विल्हेवाट लावावी.

# 7

# ऑरगॅनो फॉस्फेट या घटकामुळे होणारी विषबाधा

ऑरगॅनोक्लोरीन या कीटकनाशकांप्रमाणेच ऑरगॅनो फॉस्फेट या प्रकारातली कीटकनाशके सुद्धा खूप मोठ्या प्रमाणात शेतामध्ये तसेच पशूंसाठी वापरली जातात. कीटकनाशकांच्या लेबल वर आपण पाहिले तर या प्रकारातली कीटकनाशके लगेच ओळखता येतात यांच्यामध्ये फोरेट, मलथिओन, क्लोरोपायरीफॉस, मोनोक्रोटोफॉस अशी कीटकनाशके येतात.

**तीव्र प्रकारची विषबाधा:** जर जनावरांने मोठ्या प्रमाणात ऑरगॅनो फॉस्फेट या प्रकारातील कीटकनाशकांचे सेवन केले असेल तर जनावरांमध्ये त्वरित लक्षणे दिसतात. किंवा जनावरांच्या अंगावर फवारलेली कीटकनाशके किंवा इतर बाबींमुळे जनावरांच्या शरीरात शोषण झाल्यास विषबाधा दिसू शकते.

1. ऑरगॅनो फॉस्फेट या घटकाच्या वाफा किंवा धूळ स्वरूपात जनावराने श्वासामध्ये घेतले तर जनावरांचे नाक वाहत राहते.
2. छाती भरून येते किंवा आखडून येते व श्वास घ्यायला त्रास होतो श्वास घेताना घरघर आवाज येतो.
3. डोळ्यामधून पाणी येते.
4. डोळ्याच्या बाहुल्या छोट्या होतात.
5. स्नायूंची थरथर दिसते

6. जर विष शरीरात गेले असल्यास काही तासात लक्षणे दिसू शकतात ज्याच्यामध्ये नाकातून स्त्राव तसेच तोंडातून लाळ गळणे.
7. डोळ्यातून पाणी येणे
8. जनावर सतत लघवी करणे
9. श्वासास त्रास होणे
10. स्नायूंची थरथर
11. डोळ्यांच्या बाहुल्या बारीक होणे
12. स्नायू अखडल्यामुळे शरीरामध्ये ताठरपणा येताना दिसतो.
13. जनावर नीट उभा राहू शकत नाही
14. जनावर अस्वस्थ होते
15. याच्यामध्ये मृत्यू शक्यतो श्वसन संस्थेच्या बिघाडामुळे होतो
16. जनावरांना श्वास घेता येत नसल्यामुळे मृत्यू झाल्याचे निदर्शनास आले आहे
17. काही वेळा जनावरांमध्ये चेतासंस्थेच्या बिघाडामुळे जनावर काही लक्षणे दाखवतात
18. जेव्हा बरेच दिवस जनावरांच्या शरीरात थोड्या थोड्या प्रमाणात कीटकनाशक जाते तेव्हा ते जमा होत राहते आणि मग काही दिवसांनी विषबाधा दिसते.

**उपचार आणि प्रतिबंधः** अशा प्रकारे :विषबाधेची लक्षणे दिसताच तात्काळ तज्ञ पशुवैद्यकास संपर्क करून योग्य ती सर्व माहिती द्यावी. त्वरित उपचार केल्यास जनावर वाचण्याची शक्यता जास्त असते. याच्यासाठी विशिष्ट असे उपचार उपलब्ध आहेत जसे की एत्रोपिन सल्फेट तसेच टू-पाम म्हणजेच टू प्राली डॉक्सिम ही इंजेक्शन देता येतातम पण ती त्वरित दिल्यास त्याचा फायदा होतो. विषबाधेची शंका येताच किटकनाशक मिश्रित आहार जनावरांपासून दूर करावा. जनावरांना शांत सावलीच्या ठिकाणी बांधावे. कीटकनाशक फवारल्यामुळे काही लक्षणे दिसल्यास जनावरास थंड पाण्याने स्वच्छ धुऊन घ्यावे म्हणजे शरीरावरील कीटकनाशकांचा अंश धुऊन जातो. प्रतिबंधात्मक उपायांमध्ये या अगोदर सांगितलेले उपाय आणि काळजी यांचा अवलंब करावा

# 8

# कार्बामेट या कीटकनाशकाची विषबाधा

दुसऱ्या महायुद्धानंतर **कार्बामेट** प्रकारच्या कीटकनाशकांचा वापर आणि उत्पादन मोठ्या प्रमाणात सुरू झाले. ऑरगॅनो-फॉस्फेटच्या मानाने **कार्बामेट** हे मनुष्य तसेच प्राण्यांसाठी कमी विषारी असून वातावरणात ते लगेच निष्क्रिय होत असल्याने काही प्रमाणात सुरक्षित मानले जाते. **कार्बारिल** हे नियमित वापरले जाणारे कीटकनाशक कार्बामेट प्रकारात मोडते. इतर कार्बामेट प्रकारातली कीटकनाशके म्हणजे प्रपोकजूर किंवा कार्बो फ्युरॉन ही आहेत. विषबाधा तोंडावाटे अथवा शरीरावर फवारले गेल्यामुळे होऊ शकते.

कार्बामेट प्रकारांमध्ये दिसणारी लक्षणे ही जवळपास ऑरगॅनो फॉस्फेट या विषबाधेमध्ये दिसणाऱ्या लक्षणांसारखीच असतात. परंतु लक्षणांची तीव्रता कमी असते

**उपचार आणि प्रतिबंध:** अगोदर सांगितल्याप्रमाणे काळजी घेऊन पशुवैद्यकांना त्वरित संपर्क करावा

# ९

# पायरेट्रॉइड कीटकनाशकाची विषबाधा

पायरेथ्रोइड हे नैसर्गिक कीटकनाशक असून आजकाल याचे उत्पादन कृत्रिम रित्या सुद्धा घेतले जाते. निसर्गांमध्ये फार काळ टिकून राहत नाही. आणि लवकर नष्ट होते त्यामुळे याचा वापर फार मोठ्या प्रमाणात होत असतो. हे कीटकनाशक इतरांच्या मानाने फार सुरक्षित मानले जाते. तरीसुद्धा जर मोठ्या प्रमाणात हे शरीरात शोषले गेले तर विषबाधा होऊ शकते. पायरेथॉइड प्रकारची कीटकनाशके शक्यतो लहान पाळीव प्राण्यांच्या परजीवी नियंत्रणासाठी वापरली जातात. त्यामुळे कुत्रा आणि मांजर या पाळीव प्राण्यांमध्ये कधी कधी विषबाधेची लक्षणे दिसतात.

कुत्रा आणि मांजरामध्ये दिसणारी लक्षणे:

1. कुत्रा आणि मांजर उलटी करतात.
2. मोठ्या प्रमाणात तोंडातून लाळ गळते.
3. पातळ हगवण लागते.
4. जनावर खूप अस्वस्थ होते.
5. थरथर कापते.
6. शेवटी जनावर गळून जाते किंवा मलुल होते.
7. श्वास बंद पडून मृत्यू संभवतो.

मोठ्या जनावरांमध्ये म्हणजेच गाई मशीन मध्ये दिसणारी प्रमुख लक्षणे:

1. जनावर लाळ गाळते.
2. नाकातून स्त्राव वाहतो.
3. जनावर नीट उभे राहू शकत नाही
4. जर विषबाधा मोठ्या प्रमाणात असेल तर जनावरांच्या शरीराचे तापमान खूप वाढते किंवा कमी होते
5. जनावरांना श्वास घेण्यास त्रास होतो
6. मध्ये मध्ये जनावरांचा श्वास थांबतो
7. जनावर नाकाऐवजी तोंडाने श्वास घ्यायचा प्रयत्न करते
8. श्वास घ्यायचा प्रयत्न करत असताना जनावर बसून राहते झटके मारते
9. पक्षाघात होतो आणि मग जनावर क्षीण होऊन श्वासाच्या बिघाडामुळे किंवा श्वसन संस्थेच्या बिघाडामुळे जनावराचा मृत्यू 72 तासांच्या आत होऊ शकतो.
10. फक्त जनावरांच्या शरीरावर फवारणी केल्यानंतर एलर्जी सारखी लक्षणे जनावर दाखवते

**उपचार आणि प्रतिबंध:** पायरेथ्रोइड च्या विषबाधेमध्ये विशेष किंवा नेमके असे उपचार नसले तरी लक्षणानुसार पशुवैद्यक उपचार करू शकतात. प्रतिबंधात्मक उपायांमध्ये पाठीमागे चर्चा केल्याप्रमाणे प्रतिबंध केल्यास फायदा होऊ शकतो.

# 10

# इमिडाक्लोप्रिड मुळे होणारी विषबाधा

:

कृषी आणि पशुवैद्यकीय क्षेत्रात कीटकनाशकांच्या कीटकांच्या तसेच जनावरांच्या शरीरावरील बाह्य परजीवींच्या नायनाटासाठी इमिडाक्लोप्रेड हे 1992 साली बाजारात आणले गेले. कुत्रा तसेच मांजर यांच्या अंगावरील परजीवींच्या निर्मूलनासाठी पशुवैद्यकीय क्षेत्रातत यांचा मोठ्या प्रमाणावर वापर होतो. पाळीव जनावरांसाठी हे कमी विषारी असून इमिडाक्लोपीड मुळे विश्वबाधा झाल्याच्या घटना खूपच कमी आहेत. परंतु इमिडाक्लोब्रेड हे कमी विषारी असले तरी जनावरांच्या शरीरात जास्त प्रमाणात केल्यास विषबाधा होण्याची शक्यता जास्त असते.

जनावरांच्या शरीरात मोठ्या प्रमाणावर गेल्यास मिळणारी लक्षणे म्हणजे

1. जनावरांच्या वागण्यात बदल होतो.
2. जनावर अस्वस्थ होते
3. स्नायूंची थरथर वाढते
4. जनावरांमध्ये लाळ गळते
5. जनावर नीट उभा राहू शकत नाही
6. अंडी देणाऱ्या कोंबड्यांमध्ये विषबाधा झाल्यास अंड्याचे उत्पादन कमी होते
7. अंड्याचे बाह्य आवरण पातळ तयार होते
8. अंडी लवकर फुटतात

उपचार आणि प्रतिबंध: इमिडाक्लोपीड विषबाधेमध्ये विशेष असे उपचार नाहीत मात्र लक्षणानुसार उपचार केले जाऊ शकतात इतर कीटकनाशकांप्रमाणेच प्रतिबंधात्मक काळजी घेणे गरजेचे आहे

# 11

# अमिट्राज या कीटकनाशकांमुळे होणारी विषबाधा

सध्याच्या मागील काही वर्षात फॉरमामिडीन या प्रवर्गातील कीटकनाशके कृषी आणि पशुसंवर्धन क्षेत्रात मोठ्या प्रमाणात वापरताना दिसत आहेत यापैकीच एक म्हणजे अमिट्राज.अमिट्राज हे कीटकनाशक कीटकांच्या वाढीच्या सर्वच अवस्थांवर उपयुक्त असे कीटकनाशक आहे. जनावरांमध्ये परजीवी नाशक म्हणून अमिट्राज मोठ्या प्रमाणावर वापर होतो लहान पाळीव प्राण्यांमध्ये अमिट्राज या कीटकनाशकाची विषबाधा दिसून येते. त्वचेवर लावल्यावर जर शरीरावर जखमा नसतील तर अमिट्राज शरीरात फारसे शोषले जात नाही. मात्र अपघाताने या पाळीव प्राण्यांनी अमिट्राज चाटले अथवा त्यांच्या पोटात गेले तर ते रक्तात लगेच शोषले जाते आणि विषबाधा होऊ शकते.

विषबाधेची लक्षणे:

1. अमिट्राज या कीटकनाशकाची तीव्र प्रकारची विषबाधा मोठ्या जनावरास अशक्त किंवा मलुल करून टाकते.

2. जनावर बेचैन होते.

3. जनावरांची भूक मंदावते.

4. जनावरास हगवण लागते किंवा बद्धकोष्ठता निर्माण होऊ शकते.

5. जनावरांचे तापमान कमी होते तसेच हृदयाची स्पंदने कमी होतात

6. कुत्रा आणि मांजरामध्ये वरील सर्व लक्षणे त्याच सोबत पोट फुगणे डोळ्यांच्या बाहुल्या मोठ्या होणे प्रकाशामध्ये जनावर अस्वस्थ होते. स्नायू अशक्त बनतात.

7. घोड्यांमध्ये अमिट्राज या कीटकनाशकाची विषबाधा मोठ्या प्रमाणावर दिसून येते.

**उपचार आणि प्रतिबंध:** अमिट्राज विषबाधेमध्ये विषबाधा दूर करण्यासाठी विशेष उपचार उपलब्ध आहेत जसे की योहिमबीन अटीपामेझ़ोल यासारखी औषधे दिल्यास त्वरित जनावर बरे होते इतर विषबाधेप्रमाणेच प्रतिबंधात्मक उपायांचा वापर केल्यास विषबाधा टाळणे सोपे होते.

# 12

# जनावरांमधील शिसे या घटकाची विषबाधा

पाळीव प्राणी तसेच पक्ष्यांमध्ये शिसे किंवा इंग्रजीमध्ये ज्याला लेड असे म्हणतात या घटकाची विषबाधा काही वेळा आढळते या विषबाधेमध्ये साधारणपणे चेतासंस्थेमध्ये बिघाड होणे तसेच पचन संस्था बिघडणे, रक्तपेशी मधील दोष, प्रजनन संस्थेवरील विपरीत परिणाम तसेच रोगप्रतिकारक शक्ती कमकुवत होण्यासारखे दोष आढळतात हे सर्व दोष साधारणपणे शिसे या घटकाचे शरीरामधील प्रमाण व कालावधी या घटकावर अवलंबून असतात माणसासह सर्वच पाळीव प्राण्यांमध्ये शिसे या घटकांपासून होणारी विषबाधा हा एक महत्त्वाचा मुद्दा आहे. मुख्यतः जनावरांमध्ये किंवा माणसांमध्ये आढळून येणारे शरीरातील शिष्याचे प्रमाण वातावरणातील प्रदूषणाची गांभीर्यता दर्शवते. प्राण्यांच्या बाबतीत विचार करायचा झाल्यास शिष्याची विषबाधा साधारणपणे कुत्रा व इतर रवंथ करणाऱ्या प्राण्यांमध्ये मोठ्या प्रमाणात आढळून येते. जनावरांच्या अखाद्य वस्तू खाण्याच्या सवयी (अखाद्य वस्तू म्हणजे चारा सोडून खाल्ले जाणारे इतर पदार्थ जसे की कपडे प्लास्टिक चप्पल भिंतीचे रंग छाटणे इत्यादी) शिष्याच्या विषबाधेचे महत्त्वाचे कारण आहे. त्याचप्रमाणे वातावरणातील किंवा जनावरांच्या आसपास आढळून येणारे शिसेयुक्त रासायनिक घटक यामुळे मोठ्या प्रमाणात विषबाधा होते. त्याचप्रमाणे शेतीमध्ये वापरली जाणारि बीज प्रक्रियेची रसायने, रासायनिक खते तसेच वापरल्या जाणाऱ्या बॅटरीज, रंग तसेच यंत्रासाठी वापरली जाणारी तेले किंवा वंगण यांची व्यवस्थितपणे विल्हेवाट न लावल्यास हे सर्व घटक चुकून जनावरांच्या

आहारातून शरीरात जातात आणि विषबाधा आढळते

तर मग ही विषबाधा होते कशी?

ज्यावेळी जनावरांच्या आहारामधून शिसे जनावरांच्या शरीरात जाते त्यावेळी ते रक्तामध्ये शोषले जाऊन सर्व अवयवांपर्यंत पोहोचते व परत ते हाडांमध्ये साठवले जाते. आणि नंतर सावकाशपणे ते शरीरात सोडले जाते. शरीरातील या शिष्याचा परिणाम सल्फ-हायड्रिल सारख्या उपयोगी विकरांवर होतो. तसेच लाल रक्तपेशीमध्ये बिघाड व्हायला सुरुवात होते. छोट्या छोट्या रक्तवाहिन्यांना या शिष्याची इजा पोहोचते आणि त्यामुळे रक्तवाहिन्यांमधून रक्तद्रव शरीरामध्ये इतरत्र पसरतो. आणि त्यामुळे शरीराच्या काही भागांना सूज आल्याचे जाणवते.

जनावरांमधील विषबाधेची लक्षणे:

तीव्र स्वरूपाची किंवा अति प्रमाणातील शिष्याच्या सेवनामुळे होणारी विषबाधा ही लहान किंवा कमी वयाच्या जनावरांमध्ये मोठ्या प्रमाणात आढळते. याच्यामध्ये मोठ्या प्रमाणात पचनसंस्थेच्या आणि चेतासंस्थेमधील बिघाडाची लक्षणे आपणास दिसतात.

1. गाय वर्गीय जनावरांमध्ये शारीरिक समतोल ढासळतो.
2. खूप प्रमाणात जनावर लाळ गाळते.
3. डोळ्याच्या पापण्यांची सतत उघडझाप सुरू असते.
4. जनावर शरीराची विचित्र हालचाल करत असते.
5. दातावर दात घासत असते.
6. काही वेळा जनावर आंधळ्यासारखे वागू लागते म्हणजेच आंधळेपणा येतो.
7. स्नायू व शरीराची सततची थरथर ही मुख्य लक्षणे तीव्र प्रकारच्या विषबाधेमध्ये आढळून येतात.

आता तीव्र प्रकारची विषबाधा म्हणजे काय तर आता एकाच वेळी जर काही कमी कालावधीमध्ये मोठ्या प्रमाणात शिष्याचे किंवा शिसेयुक्त द्रव्यांचे सेवन केले असल्यास तीव्र प्रकारची विषबाधा आढळून येते.

त्याच्यानंतर मध्यम स्वरूपाची विषबाधा म्हणजे कमी प्रमाणात जास्त कालावधीसाठी जर जनावर शिसेयुक्त द्रव्याच्या अथवा पदार्थांचे सेवन करत असेल तर मध्यम स्वरूपाची विषबाधा आढळून येते. ही विषबाधा साधारणपणे अतिवयस्क गाय वर्गीय प्राणी तसेच मेंढ्यांमध्ये आढळताना दिसते. यांच्यामध्ये

1. जनावरांच्या पोटाची हालचाल थांबते.
2. भूक मंदावते पोट दुखते.
3. त्याचप्रमाणे जनावर सुस्त होते.
4. कधी कधी जनावरांमध्ये बद्धकोष्ठता किंवा शेण न टाकणे.
5. त्याचप्रमाणे पातळ शेण टाकणे अशी सुद्धा लक्षणे दिसू शकतात.

मध्यम स्वरूपाच्या विषबाधेमध्ये सुद्धा चेतसंस्थेच्या बिघडाची लक्षणे दिसतात जसे की, जनावर आपले डोके सतत एखाद्या भिंतीला किंवा झाडावर आपटते किंवा डोक्याने भिंतीला दाबत असते. शरीराचा समतोल बिघडतो त्याचप्रमाणे जनावर थोड्याशा आवाजाने सुद्धा अस्वस्थ झालेले आपणास आढळते. वरील दोन्ही प्रकारच्या विषबाधा जनावरांमध्ये साधारणपणे आढळतात.

परंतु अतिशय कमी प्रमाणात शरीरात जाणारे शिष्याचे प्रमाण खूप मोठ्या कालावधीसाठी जात असेल तर हे सुद्धा जुनाट प्रकारची विषबाधा निर्माण करतात. ज्याच्यामध्ये जनावरांना चारा खा ण्यास त्रास होतो आणि बऱ्याच वेळा काही द्रवरूप पदार्थ अन्ननलिके ऐवजी श्वासनलिकेत जातात. त्यामुळे श्वसनाचा त्रास आणि फुफ्फुसामध्ये बिघाड म्हणजेच न्यूमोनिया सारखा दोष उद्भवतो.

मृत जनावरांची जर पशुवैद्यकांकडून मृत्यू पश्चात तपासणी म्हणजेच पोस्टमार्टेम परीक्षा केल्यास तीव्र स्वरूपाच्या विषबाधेमध्ये आतडे तसेच पोटाच्या भागात ही शिसेयुक्त पदार्थ जसे की रंगाचे तुकडे, तेल किंवा बॅटरीचे अवशेष आपणास आढळतात. त्याचप्रमाणे शिसे हे दाहक असल्यामुळे पोट आणि आतड्याच्या आतील भागास इजा झालेली किंवा दाह झालेला आपणास आढळतो. चेता संस्थेच्या काही भागात द्रव साठून सूज येते. त्याचप्रमाणे गाभण जनावरांमध्ये गर्भपात होण्याचा धोका असतो.

शिष्याच्या विषबाधेचे निदान:

शिष्याच्या विषबाधेचे निदान करताना काही गोष्टी ध्यानात घेणे गरजेचे आहे जसे की

- पहिली गोष्ट जनावरांच्या आहाराची संपूर्ण माहिती: जनावराच्या आहाराची संपूर्ण माहिती शेतकऱ्याला असते. त्यामुळे जनावरांनी काय खाल्लेले आहे. अलीकडच्या दोन-तीन दिवसात काय त्याचा आहार होता ह्या सर्व गोष्टी ची पूर्ण माहिती आपणास आवश्यक असणे आवश्यक आहे.

- जनावरांच्या खाण्याच्या सवयीही माहीत असणे आवश्यक आहे.
- तसेच आतड्याचे आणि चेतासंस्थेच्या दोषाची लक्षणे जर दिसत असतील तर आपण शिष्याची विषबाधा आहे असे समजू शकतो.
- जनावरांच्या गव्हाणीमध्ये रंग किंवा शिसेयुक्त पदार्थ पडलेले दिसत असतील तर आपण शिष्याची विषबाधा झाली आहे असे म्हणू शकतो.

शिष्याची विषबाधा इतर विषबाधांसारखीच असल्याने निदानामध्ये गोंधळ होण्याची शक्यता असते जसे की ऑरगॅनोक्लोरीन सारख्या कीटकनाशकाच्या विशाबाधेमध्ये वरील सर्व लक्षणे दिसतात. ऑरगॅनोक्लोरीन या कीटकनाशकामुळे होणार्‍या विषबाधेमध्ये शरीराचे तापमान खूप वाढते. चेतासंस्थेच्या बिघाडाची लक्षणे दिसतात पण आंधळेपणा दिसून येत नाही. जो की शिष्याच्या विषबाधेमध्ये आंधळेपणा दिसतो. जनावर विचित्र वागते.

यानंतर युरिया सारख्या रासायनिक खतामुळे सुद्धा होणारे विषबाधेमध्ये अशाच प्रकारची लक्षणे आढळतात. युरियामुळे होणान्या विषबाधेमध्ये पोटदुखी दिसते परंतु हगवण हे मुख्य लक्षण नसते त्याचप्रमाणे ऑर्गानोफॉस्फेट हे कीटकनाशक किंवा कार्बोमेट सारखी कीटकनाशके यामुळे दिसणारी विषबाधा सुद्धा अशाच प्रकारची लक्षणे दाखवते परंतु ही कीटकनाशके ॲट्रोपिन सल्फेट सारख्या औषधांना प्रतिसाद देतात आणि त्याचप्रमाणे शिष्याच्या विषबाधेमध्ये तोंडातील लाळीचे प्रमाण ॲट्रोपिन सारख्या औषधांमुळे खूप कमी होते व तोंडाचा आतील भाग कोरडा पडतो.

**उपचार आणि प्रतिबंध:**

कोणतीही विषबाधा झाल्यास प्रथमतः पशुवैद्यकास बोलावून लक्षणे व आहाराविषयी सर्व माहिती द्यावी म्हणजे उपचार करणे सोपे जाते.

कोणतेही उपचार स्वतःहून करू नयेत अथवा

कोणतीही माहिती लपवू नये.

विषबाधा हा तातडीचे उपचार आवश्यक असणारा आजार असल्यामुळे त्वरित पशुवैद्यकास बोलवल्यास उपचार करणे आणि जनावरांचा जीव वाचवणे महत्त्वाचे ठरते. शिष्याच्या विषबाधेसाठी विशिष्ट किंवा नेमके उपचार उपलब्ध आहेत. म्हणजेच असे की कॅल्शियम-ईडीटीए, पेनिसिलामाइन किंवा डायमरकॅपरोल सारखी औषधे वापरता येतात. आणि जनावर वाचवता येऊ शकते

प्रतिबंध हा केव्हाही चांगला. आजारापेक्षा प्रतिबंध बरा असे नेहमी म्हटले जाते. त्यामुळे प्रतिबंधात्मक उपायांमध्ये शिष्यासारख्या घटकांची विषबाधा

अतिशय सोप्या पद्धतीने टाळता येणे शक्य आहे. त्यासाठी काही गोष्टी लक्षात घेणे गरजेचे आहे जसे की

यंत्रातील तेल वंगण रंग यांची योग्य विल्हेवाट लावणे व असे पदार्थ जनावरांच्या तसेच त्यांच्या चारा व पाण्याच्या संपर्कात येऊ न देणे हे अतिशय महत्त्वाचे ठरते.

शिष्याच्या विषबाधेचा प्रमुख घटक म्हणजे जुन्या वापरल्या जाणाऱ्या बॅटरीज किंवा विद्युत घट अशा बॅटरी किंवा सेल हे वापरल्यानंतर त्यांची योग्य विल्हेवाट लावणे अतिशय महत्त्वाचे आहे. आणि असे सेल जनावरांच्या गोठ्यात किंवा चाऱ्याच्या ठिकाणी साठवून ठेवू नयेत. कधीतरी ते जनावरांच्या खाण्यात येऊ शकतात आणि विषबाधा होऊ शकते.

जनावरांच्या गोठ्याच्या भिंती किंवा कुंपण शिसे नसणाऱ्या रंगाने रंगवणे अतिशय उत्तम. आणि त्याच्यामुळे रंगाचे जे तुकडे असतात ते जनावरांच्या गोठ्यात पडणार नाहीत किंवा गव्हाणीत पडणार नाहीत आणि असा रंग जनावरांच्या खाद्यात येणार नाही याची काळजी सुद्धा घेणे महत्त्वाचे आहे.

शेतीची यंत्रे तसेच अवजारे जनावरांच्या गोठ्यात किंवा जनावरांच्या आसपास ठेवू नये. त्यामुळे कदाचित जनावरे अशी यंत्रे किंवा त्यांना लावलेले वंगण तेल रंग चाटण्याची शक्यता असते आणि अशा वंगणामध्ये शिष्याचे प्रमाण जास्त असते.

अशाप्रकारे काळजी घेतल्यास आपण आपल्या जनावरांना शिसे किंवा लीड याच्या विषबाधेपासून वाचवू शकतो.

# 13

# जनावरांमधील मॉलीब्डेनम या घटकाची विषबाधा

मॉलीब्डेनम हा धातू शरीरासाठी लागणाऱ्या आवश्यक घटकांपैकी एक असून शरीरातील बऱ्याचशा उत्प्रेरकांच्या निर्मितीसाठी अत्यावश्यक असा घटक आहे. जमिनीमध्ये सुद्धा मॉलीब्डेनम हा वेगवेगळ्या स्वरूपात उपस्थित असतो. बऱ्याचशा नत्रयुक्त जिवाणूंसाठी व वनस्पतींसाठी उपयुक्त घटक आहे मॉलीब्डेनम मुळे होणारी विषबाधा ही साधारणपणे तांबे या घटकाबरोबरच्या शरीरातील समतोलावर अवलंबून असते रवंथ करणारी जनावरे मॉलिब्डेनमच्या विषबाधेला बळी पडतात. यामध्ये आढळणारी प्रमुख लक्षणे म्हणजे जनावरांमध्ये योग्य वाढ न होणे. जनावरे अप्रजननक्षम किंवा प्रजनन कार्यक्षमता कमी होणे, हगवण लागणे, जनावर लंगडते शारीरिक समतोल ढासळणे, अशी लक्षणे आढळतात. आहारामध्ये कॉपर किंवा तांबे या घटकाचा पुरवठा हा या उपचार पद्धती मधला सर्वात महत्त्वाचा भाग आहे. तर आपण आता जाणून घेऊया की मॉलिब्डेनम या घटकाची विषबाधा कशी होते.

शरीरामध्ये लागणारे कित्येक उत्प्रेरक निर्मितीसाठी मॉलिब्डेनम हा अतिशय महत्त्वाचा घटक असून तो शारीरिक चयाप चय म्हणजेच मेटाबोलिझम साठी सुद्धा आवश्यक आहे. तांबे आणि मॉलिब्डेनम यामधील समतोल ढासळल्यास दोन्हीपैकी एकाची विषबाधा आपणास दिसते. जसे की मॉलिब्डेनमचे प्रमाण

जास्त झाल्यास तांबे या घटकाची कमतरता निर्माण होऊन मॉलिब्डेनमची विषबाधा दिसून येते किंवा तांब्याची कमतरता असल्यास सुद्धा अतिरिक्त मॉलिब्डेनम या घटकाची विषबाधा आढळते. गाई म्हशी तसेच मेंढ्या ह्या इतर जनावरांपेक्षा जास्त परिणाम होणारे प्राणी आहेत.

मॉलिब्डेनमची विषबाधा होण्याच्या महत्त्वाच्या कारणांमध्ये तांबे आणि मॉलिब्डेनम यांचे प्रमाण व त्यांचे शरीरातील शोषण होण्याचे प्रमाण हे आहेत.

आहारामध्ये तांबे या घटकाची कमतरता असेल तर मॉलिब्डेनमचे प्रमाण वाढून त्याची विषबाधे सारखी लक्षणे दिसू शकतात. आहारामध्ये असणारे सल्फेट चे अयोग्य प्रमाण जसे की, जर सल्फेटचे प्रमाण जास्त असेल तर शरीरामध्ये तांबे या घटकाचा योग्य वापर होत नाही. याच्या उलट जर सल्फेटचे प्रमाण कमी असेल तर मॉलिब्डेनम शरीराच्या बाहेर टाकले जात नाही आणि विषबाधा आढळते. जर गाय किंवा म्हशीच्या शरीरामध्ये मॉलिब्डेनम चे प्रमाण खूप असेल आणि ती गाय किंवा म्हैस जर दूध देत असेल तर अशा गाय किंवा म्हशीचे दूध त्यांचे जे पिल्ले दूध पीत असतात अशा दूध पिणाऱ्या पिल्लांमध्ये मॉलिब्डेनम जात असते आणि अशी दूध पिणारी पिल्ले आजारी पडू शकतात.

आता जनावरच्या शरीरामध्ये मॉलिब्डेनम कुठून जाते.

- बऱ्याच वेळा मातीमध्ये मॉलिब्डेनमचे प्रमाण जास्त असते आणि अशा मातीत वाढणाऱ्या चारा पिकांमध्ये अथवा वनस्पतींमध्ये मॉलिब्डेनम चे प्रमाण जास्त असते व ते जनावरांच्या शरीरामध्ये चाऱ्यावाटे जाऊ शकते.

- शेतामध्ये अथवा चारा पिकांमध्ये वापरले जाणारे अतिरिक्त मॉलिब्डेनमयुक्त रासायनिक खत यामुळे चारा पिकांमध्ये अतिरिक्त मॉलिब्डेनम जमा होते. आणि असा चारा ज्यावेळी जनावरे खातात त्यावेळी हे मॉलिब्डेनम जनावरांच्या शरीरात जमा होते. मॉलिब्डेनम जमिनीतून अथवा खानि मधून काढल्या जाणाऱ्या भागात मॉलिब्डेनम चे प्रमाण जास्त असते. त्याचप्रमाणे धातू काम असणाऱ्या कारखान्यांमध्ये किंवा जिथे धातू शुद्ध केले जातात किंवा धातूंचे उत्पादन केले जातात अशा कारखान्यांमधून निघणारे टाकाऊ पदार्थ जसे की धूळ, धूर यामध्ये मॉलिब्डेनमचे प्रमाण जास्त असते. आणि त्यामुळे निसर्गामध्ये किंवा निसर्गात तिथे आसपासच्या वनस्पती असतात त्यांच्यामध्ये मॉलिब्डेनमचे प्रमाण जास्त येऊ शकते.

मॉलिब्डेनम विषबाधेमध्ये आढळणारी महत्त्वाची लक्षणे:

प्रथमतः मॉलिब्डेनम चे शरीरातील अतिरिक्त प्रमाण म्हणजे कॉपर या घटकाची आहारातील कमतरता किंवा आहारातील अतिरिक्त मॉलिब्डेनममुळे

कॉपरची निर्माण होणारी कमतरता लक्षात घेणे गरजेचे आहे. साधारणपणे मॉलिब्डेनमची कमतरता पूर्ण कळपामध्ये आढळते आणि यामध्ये 80% पर्यंत जनावरे बाधित होतात.

-गाय वर्गीय प्राण्यांमध्ये आढळणारे सर्वात महत्त्वाचे लक्षण म्हणजे गंभीर स्वरूपाची बुडबुडे युक्त आणि वारंवार असणारी हगवण आणि ती सुद्धा हिरव्या रंगाची असते त्याला इंग्रजीमध्ये पीट स्कोर्स असे संबोधतात

-शरीरावरील केसाचा रंग बदलतो त्याचप्रमाणे इतर लक्षणांमध्ये जनावर अखाद्य वस्तू खाते अशक्त बनते आणि सांधेदुखी मुळे लंगडण्यास सुरुवात करते. हाडांचे दोष निर्माण होऊन अशा जनावरांमध्ये हाडे मोडण्याचे प्रमाण खूप जास्त असते. साधारणपणे आठ ते पंधरा दिवसात जनावर लक्षणे दाखवायला सुरुवात करते. इतर लक्षणांमध्ये जनावरांचा वयात येण्यासाठी चा कालावधी वाढतो त्यामुळे वजन कमी असते आणि प्रजनक्षम होण्यास अधिकचा वेळेळ लागू शकतो जनावरे गाभण राहायला त्रास देतात लवकर गाभण राहत नाहीत आणि सर्वसाधारणपणे दुधाचे उत्पादन सुद्धा कमी होते मेंढ्यांच्या पिल्लांमध्ये पाठीचा कणा ताठर बनतो त्याचप्रमाणे पायामध्ये सुद्धा दोष निर्माण होतात त्यामुळे अशा मेंढ्यांची पिल्ले उभा राहू शकत नाहीत. साधारणपणे ही सर्व लक्षणे दिसायला एक ते दोन आठवड्यांचा कालावधी लागू शकतो पण कधी कधी जर मॉलीब्डेनम चे प्रमाण खूप असेल तर तीन ते पाच दिवसात जनावर दगावले सुद्धा जाऊ शकते. लहान पिल्लांमध्ये प्रथम मागचे व नंतर पुढचे पाय लुळे पडतात.

**मॉलिब्डेनम विषबाधेचे निदान कसे करावे?**

-मॉलिब्डेनम विषबाधे ची विशिष्ट लक्षणे असतात जसे की हिरवट बुडबुडे युक्त पातळ शेण टाकणे किंवा हगवण असणे तसेच लंगडणे वजन न वाढणे आणि प्रजननाचे दोष ही सर्व लक्षणे कळपा मधील बऱ्याच जनावरांमध्ये दिसतात. त्यामुळे आपण सहज मॉलिब्डेनमची विषबाधा असल्याचे निदान करू शकतो.

- चाऱ्यामधील तांबे व मॉलिब्डेनम या घटकांचे प्रमाण लक्षात घेणे गरजेचे आहे. यामध्ये तांब्याचे प्रमाण हे मॉलिब्डेनमच्या सहापट ते दहा पट इतके असणे आवश्यक आहे. यापेक्षा कमी प्रमाणात तांबे असल्यास मॉलिब्डेनम चे प्रमाण वाढते आणि विषबाधा होऊ शकते.

**उपचार आणि प्रतिबंध:**

मॉलिब्डेनम सारख्या घटकांची विषबाधा दिसल्यास किंवा शंका आल्यास त्वरित पशुवैद्यकांना बोलवावे आणि डॉक्टरांच्या सल्ल्याने आहारामध्ये तांबे

किंवा कॉपर या घटकांचे योग्य प्रमाणात मिश्रण द्यावे जर विषबाधा अति तीव्र स्वरूपाची असेल तर कॉपर ग्लायसिनेट सारखी इंजेक्शन त्वचेखाली द्यावी लागतात. प्रतिबंधात्मक उपायांमध्ये आहारातील कॉपर किंवा कॉपर आणि मॉलिब्डेनम चे प्रमाण वर सांगितल्या प्रमाणे ठेवावे अशा रीतीने आपण मॉलिब्डेनम या घटकाची विषबाधा टाळू शकतो.

# 14

# जनावरांमधील कॉपर किंवा तांबे या धातूची विषबाधा

कॉपर किंवा तांबे हा शरीरासाठी कमी प्रमाणात लागणारा अत्यावश्यक असा धातू वर्गातील घटक असून शरीरामध्ये लोह शोषण तसेच हिमोग्लोबिन तयार करण्याच्या प्रक्रियेमध्ये अतिशय उपयुक्त असा घटक आहे. शरीरातील चेतासंस्थेमधील संदेश वाहनाच्या प्रक्रियेत कॉपर महत्त्वाची भूमिका बजावत असतो. शरीरासाठी अत्यंत कमी प्रमाणात लागत असल्याने जर आहारातून याची अधिकची मात्रा जास्त वेळाकरता मिळत असेल तर कॉपर या घटकाची विषबाधा होताना आढळते. यामध्ये काही प्रमाणात किंवा कमी प्रमाणात जनावरे बाधित होतात पण बाधित जनावरांमधील मृत्यूचे प्रमाण मोठे आहे. या घटकाप्रमाणेच कॉपरचे शरीरावरील परिणाम सल्फर तसेच मॉलीब्डेनम या घटकावर अवलंबून असतात. विद्राव्य स्वरूपातील कॉपर जास्त दिवसांपासून जनावरांच्या शरीरात जात असेल तर आपणास कॉपरची विषबाधा दिसून येते.

आता कॉपर आणि जनावरांचा संबंध येतो कसा? तर आपण कॉपर आणि जनावरांचा संबंध याविषयी माहिती घेऊया.

-जनावरांच्या दैनंदिन आहारात कॉपर हे वेगवेगळ्या स्वरूपात म्हणजेच खनिज मिश्रणाच्या स्वरूपात दिले जाते.

-मोठ्या जनावरांसाठी काही म्हशी साठी असणारे कॉपरयुक्त खनिज मिश्रण अतिरिक्त प्रमाणात जर शेळ्या आणि मेंढ्या किंवा लहान जनावरांनी खाल्ल्यास विषबाधा होण्याचा धोका असतो.

-बोर्डो मिश्रणासारखी शेतामध्ये लागणारी रसायने यामध्ये एक ते तीन टक्के एवढे कॉपर असते आणि ते जनावरांनी खाल्ल्यास विषबाधा होऊ शकते.

-जनावरांच्या आजारातील उपचारांमध्ये कॉपर सल्फेट हे नियमितपणे कृमीनाशक बुरशीनाशक तसेच जनावरांसाठी चे फूटबाथ यामध्ये वापरले जाते. असे कॉपर जनावरांच्या आहारात गेल्यास विषबाधा होऊ शकते.

-कोंबड्या व डुकरांच्या गोठ्यांमधून निघणाऱ्या खतांमध्ये कॉपरचे प्रमाण खूप असते आणि अशा खतांपासून वाढ होणाऱ्या वनस्पती व चारा पिकांमध्ये कॉपर शोषले जाते व ते जनावरांच्या आहारात जाते.

-पेट्रोलियम कंपन्या तसेच खाणी व इतर उद्योगांमधून बाहेर पडणाऱ्या टाकाऊ पदार्थांमध्ये कॉपरचे प्रमाण खूप असते त्यामुळे चारा व पाणी दूषित होतो.

-ज्या ठिकाणी चारा वनस्पती किंवा चारा पिके उगवतात त्या मातीमध्ये जर कॉपरचे प्रमाण जास्त असेल तर असे सर्व कॉपरचे प्रमाण त्या वनस्पतींमध्ये शोषले जाते आणि त्यामुळे अशा वनस्पती खाल्ल्यांमुळे जनावरांच्या शरीरात कॉपरची साठवण होते आणि त्यामुळे पण विषबाधा होऊ शकते.

- सर्व प्राण्यांमध्ये मेंढी हा सर्वात जास्त बाधित होणारा प्राणी आहे. कॉपरच्या विषबाधेची लक्षणे दिसण्यास बऱ्याच कालावधीची आवश्यकता असते. म्हणजेच अतिरिक्त प्रमाणातील कॉपर ज्यावेळी खूप मोठ्या कालावधीपर्यंत जनावरांच्या शरीरात जात राहतो आणि यकृतामध्ये साठत राहतो. परंतु ज्यावेळी यकृताची कॉपर साठवण्याची क्षमता संपते अशावेळी अतिरिक्त कॉपर रक्तामध्ये सोडले जाते आणि त्यामुळे रक्तवाहिन्यांमध्ये रक्त पेशींचा नाश होत राहतो. कॉपर रक्तामध्ये यकृता कडून सोडल्यानंतर कॉपरच्या विषबाधेची लक्षणे दिसतात. ती आपण सविस्तरपणे जाणून घेऊया.

**कॉपरच्या विषबाधेची लक्षणे:**

साधारणपणे कॉपरची विषबाधा शीघ्र व जुनाट म्हणजेच ॲक्युट व क्रोनिक या दोन्ही स्वरूपात आढळून येते. शीघ्र किंवा ॲक्युट प्रकारची विषबाधा साधारणपणे जास्त प्रमाणात विद्राव्य कॉपर आहारात एकाच वेळी किंवा कमी कालावधीत जास्त जात असेल आणि विषबाधा निर्माण करत असेल तर त्याला शीघ्र प्रकारची विषबाधा म्हणता येऊ शकते.

शीघ्र प्रकारच्या विषबाधा खूप कमी प्रमाणात आढळतात. शीघ्र प्रकारच्या विषबाधेमध्ये आढळणारी लक्षणे साधारणपणे दोन ते तीन दिवसात दिसू लागतात. याच्यामध्ये

-जनावरांची भूक मंदावते.

-जनावर पोट दुखीची लक्षणे दाखवते

-जनावरांचे पचन बिघडते

-जनावरांना हगवण किंवा डायरिया सुरू होतो

-जनावरांच्या शरीरामधील पाण्याचे प्रमाण कमी होऊन जनावर शॉक मध्ये जाऊ शकते.

-रक्तक्षय होणे तसेच लघवीमधून रक्त पडणे अशी लक्षणे साधारणपणे तीन दिवसात दिसू लागतात.

याच्या उलट जुनाट पद्धतीच्या विषबाधेमध्ये म्हणजे दीर्घकाळासाठी जर आहारामधून कॉपर शरीराला मिळत असेल तर काही दिवसानंतर अचानक लक्षणे दिसू लागतात आणि लक्षणे दिसेपर्यंत जनावर अतिशय साधारण म्हणजे नॉर्मल असते.

दीर्घकालीन विषबाधेमध्ये दिसणारी लक्षणे:

1. अचानक रक्तक्षय होतो.
2. जनावर सुस्त होते
3. जनावर अशक्त होऊ लागते आणि बसून राहते
4. पोटाची हालचाल बंद होते
5. भूक मंदावते
6. तहान लागते
7. त्याचप्रमाणे जनावरांच्या श्वसन संस्थेवर परिणाम झाल्यामुळे जनावरांचा मध्ये मध्ये श्वास थांबतो.
8. लघवी लाल रंगाची होते कारण लघवीमधून रक्त येत असते.
9. लक्षणे दाखवल्यानंतर बऱ्याच वेळा जनावर एक ते दोन दिवसात दगावते

कळपामध्ये कॉपरची विषबाधा होण्याचे प्रमाण 5% असले तरी बाधित जनावरांमधील मृत्यूचे प्रमाण अतिशय जास्त आहे. याचे कारण म्हणजे कॉपरच्या विषबाधेमध्ये मोठ्या प्रमाणात यकृत निकामी होत असते. आणि त्याच्यामुळे मृत्यूचे प्रमाण जास्त असते. बाधित जनावरांची त्वचा ही

सूर्यप्रकाशामुळे बाधित होत असते. मृत जनावरांचे जर शवविच्छेदन केले तर जनावरांच्या किडनी ह्या एखाद्या राखाडी रंगासारख्या दिसतात. पोटाच्या शेवटच्या कप्प्यात म्हणजेच अबोमजम मध्ये खूप जखमा दिसतात. बाधित जनावरांच्या लघवीचा रंग वाइन या दारूच्या रंगाप्रमाणे दिसतो.

आता कॉपर विषबाधाचे निधन कसे करता येईल?

1. जर जनावर अचानक पणे वरील लक्षणे दाखवत असेल आणि मृत होत असेल तर अशा मृत जनावरांचे यकृत निकामी झाले असल्यास आपण कॉपरच्या विषबाधेची शंका घेऊ शकतो.

2. दुसरी गोष्ट म्हणजे शेण आणि लघवीमध्ये कॉपरचा आढळ जर होत असेल किंवा राखाडी रंगाचं काही दिसत असेल तर कॉपर असण्याची शक्यता नाकरता येत नाही.

3. तिसरी गोष्ट म्हणजे शरीरातील जर मॉलिब्डेनम घटकाचे प्रमाण तपासले असता आपल्याला कॉपर आणि मॉलिब्डेनम घटकाचे प्रमाणावरून कॉपरची विषबाधा आहे की नाही हे सांगता येते.

**उपचार आणि प्रतिबंधात्मक उपाय:**

कॉपरची विषबाधा बहुधा जुनाट प्रकारात मोडत असल्याने तसेच जनावरांमध्ये यकृत आणि किडनी खराब झाल्यानंतर जनावर लक्षणे दाखवत असल्याने उपचार फारसे यशस्वी होत नाहीत. डी-पेनिसिलामाईन सारखी औषधे उपचारात वापरली जातात. प्रतिबंधात्मक उपायांमध्ये जनावरांच्या आहारात जाणारे कॉपरचे प्रमाण तपासणे गरजेचे आहे. त्याचप्रमाणे जमिनीतील कॉपर आणि मॉलिब्डेनमचे प्रमाण लक्षात घेणे गरजेचे आहे.

# 15

# जनावरांमध्ये होणारी ऑक्सालेट या घटकाची विषबाधा

जनावरांमध्ये होणारी ऑक्सालेट या घटकाची विषबाधा: बऱ्याचशा वनस्पती तसेच चारा पिकांमध्ये ऑक्सालेट नावाचा पोषण विरोधी घटक उपस्थित असतो. चाऱ्यांमध्ये ऑक्सालेट असल्यास अशा चाऱ्याची किंवा आहाराची चविष्टता वाढते. आणि मग जनावरे असा चारा मोठ्या प्रमाणात सेवन करतात आणि त्यानंतर आपणास ऑक्सालेट या घटकाची विषबाधा झालेली आढळून येते. ऑक्सालेट या घटकापासून होणारी विषबाधा अथवा दुष्परिणाम हे रवंथ करणाऱ्या जनावरांमध्ये मोठ्या प्रमाणात बघायला मिळतात. त्याचप्रमाणे इतर जनावरे ही बाधित होत असतात. आहारावाटे शरीरामध्ये जाणारे ऑक्सालेट हे पोटातील कॅल्शियम व मॅग्नेशियम सारख्या घटकांसोबत बांधले जातात. आणि मग असे कॅल्शियम-ऑक्सालेट किंवा मॅग्नेशियम-ऑक्सालेट हे विद्राव्य नसतात. त्यामुळे ते शरीरात शोषले जात नाहीत. आणि लघविवाटे बाहेर टाकले जातात. त्यामुळे रक्तातील कॅल्शियम तसेच मॅग्नेशियम या घटकाची पातळी खूप खाली जाते आणि मग जनावरांच्या शरीरावर दुष्परिणाम होऊ लागतात. त्याचप्रमाणे कॅल्शियम-ऑक्सालेट व मॅग्नेशियम- ऑक्सालेट सारखे क्षार किडनी वाटे लवकर बाहेर टाकले जात नसल्याने ते मूत्र निर्माण करणारे अवयवांमध्ये साठवले जातात. आणि मग मूत्राशयामध्ये अडथळा निर्माण

झाल्याने तसेच किडनी विकारांमुळे अशा जनावरांचा मृत्यू होतो. ऑक्सालेट हे सर्वसामान्यपणे वनस्पतींमध्ये विद्राव्य तसेच अविद्राव्य रूपात उपस्थित असते. पालक, उसाचे वाढे, गोड बटाटा तसेच कंदमुळे या काही वनस्पतींमध्ये ऑक्सालेटचे प्रमाण खूप असते त्याचप्रमाणे काही विशिष्ट प्रकारच्या बुरशी सुद्धा ऑक्सिलेटची निर्मिती करत असतात त्यामुळे अशा गोष्टींमुळे दूषित झालेल्या आहारात ऑक्सालेटचे प्रमाण जास्त असू शकते. ऑक्सालेट या घटकाची विषबाधा रवंथ करणाऱ्या जनावरांपेक्षा इतर जनावरांमध्ये जास्त प्रमाणात आढळते कारण रवंथ करणारे जनावरांच्या पोटातील जीवाणू आहारातील ऑक्साइलेक्शन करतात किंवा निष्क्रिय करतात त्यामुळे ऑक्सालेटचे विषबाधा होण्याचे प्रमाण कमी आढळते तरीही जर आहारातून मोठ्या प्रमाणात ऑक्सालेट जनावरांच्या शरीरात जात असेल तर पोटातील जीवाणू एवढ्या मोठ्या प्रमाणात ऑक्सालेटवर प्रक्रिया करू शकत नाहीत. आणि मग विषबाधा आढळू शकते त्याचप्रमाणे मेंढ्यांमध्ये जास्त प्रमाणात ऑक्साइडची विषबाधा दिसते. ज्यावेळी ऑक्सालेट असणारा चारा किंवा आहार जनावरांकडून खाल्ला जातो त्यावेळी त्याचे विघटन वेगवेगळ्या मार्गाने होत असते जसे की, आहारातील ऑक्सालेट रवंथ करणाऱ्या जनावरांच्या पोटात गेल्यानंतर पोटातील जीवाणू त्याचे विषारी घटकात रूपांतर करतात आणि ते शेणावाटे जनावरांच्या शरीराच्या बाहेर टाकले जाते किंवा असे ऑक्सालेट ऑक्सालेट कॅल्शियम किंवा ऑक्साइलेट मॅग्नेशियम सारख्या घटकांसोबत संयोग होऊन शरीराबाहेर फेकले जाते परंतु काही ऑक्सालेट शरीरात शोषले जाते आणि मग ते रक्तातील कॅल्शियम व मॅग्नेशियम या घटकांसोबत एकत्र येतात आणि जनावरांमध्ये कॅल्शियम आणि मॅग्नेशियम या घटकांची कमतरता दिसून येते ज्यावेळी शरीरातील कॅल्शियम या घटकाची पातळी घसरते त्यावेळी काही महत्त्वाचे अवयव जसे की स्नायू चेतन तू तसेच हृदय या अवयवांना सतत कॅल्शियमची आवश्यकता असते त्यामुळे या अवयवांच्या कार्यात दोष निर्माण होतात. त्यामुळे जनावरांचे स्नायू कमकुवत होणे, जनावर सुस्त होणे, निष्क्रिय होणे त्याचप्रमाणे हृदयाची क्रिया बंद पडल्याने जनावरे मृत्युमुखी सुद्धा पडू शकतात शरीरामध्ये कॅल्शियमची कमतरता निर्माण झाल्यामुळे दूध उत्पादनावर त्याचा विपरीत परिणाम होतो त्याचप्रमाणे हाडांमधील कॅल्शियम शरीरामध्ये घेतले गेल्याने हाडे ठिसूळ बनतात. त्याचप्रमाणे त्यांची वाढ सुद्धा थांबते. अशा परिस्थितीमध्ये जनावर इजा होऊन जखमी झाल्यास रक्त गोठण्याची प्रक्रिया कॅल्शियमच्या कमतरतेमुळे थांबते किंवा मंद होते. त्यामुळे

खूप मोठ्या प्रमाणावर रक्तस्राव होण्याची शक्यता सुद्धा असते. कॅल्शियमच्या कमतरतेमुळे जनावर खूप अशक्त बनते. ऑक्सालेटचे अविद्राव्य घटक म्हणजेच स्फटीके. ही स्फटीके बऱ्याच अवयवांमध्ये साठून राहतात आणि त्यामुळे अशा अवयवांची कार्यक्षमता मोठ्या प्रमाणात कमी झालेली दिसते. आता ह्या ऑक्सालेटच्या विषबाधेमध्ये कुठली लक्षणे दिसतात, विषबाधेमध्ये दिसणारी लक्षणे आपण पाहूया. विषबाधा निर्माण करू शकणाऱ्या मात्रेमध्ये म्हणजे प्रमाणामध्ये जर जनावरांनी ऑक्सालेटचे सेवन केल्यास मेंढ्यांमध्ये पहिल्या सहा ते सात तासात विषबाधेची लक्षणे सुरू होतात. ऑक्सालेट विषबाधे मध्ये सर्वात प्रथम आढळून येणारी लक्षणे म्हणजेच जनावरांमध्ये सुस्तपणा येतो जनावर ढेपाळल्यासारखे वागते सतत मान खाली घालून राहते. जनावर हालचाल करण्यास असमर्थता दर्शवते. पोटाची हालचाल थांबते. तसेच भूक लागत नाही त्यामुळे जनावर चारा खात नाही, तसेच पोट फुगते, पोटाची हालचाल मंदावते. जर जनावराने अति जास्त प्रमाणात ऑक्सालेट असणारा चारा खाल्ला असल्यास किंवा सेवन केले असल्यास तीव्र प्रकारची विषबाधा होते तीव्र प्रकारच्या विषबाधामध्ये दिसणारी लक्षणे ही सर्व लक्षणे शरीरातील कॅल्शियम कमी झाल्याने दिसतात. जनावरांना श्वास घेण्यास त्रास होतो. स्नायूंची थरथर होते. जनावरांना श्वास घेण्यास त्रास होतो. स्नायूंची थरथर होते डोळे मोठे होतात जनावर लाळ गाळते. अशक्त होते. आणि कमजोर होते जनावर झटके देत राहते. रक्तपुरवठा कमकुवत झाल्याने 10 ते 12 तासात जनावरांचा मृत्यू होऊ शकतो. जनावरांच्या मूत्रनिर्मिती प्रक्रियेमध्ये दोष निर्माण होतात. आणि ऑक्सालेटचे स्फटिक मूत्रवाहिन्यांमध्ये जमा झाल्याने त्यांना इजा पोहोचते. जनावरांचे मूत्रपिंड निकामी झाल्याने किंवा किडनी खराब झालेल्या जनावरांचा मृत्यू होतो

मध्यम स्वरूपाच्या विषबाधेमध्ये ऑक्सालेटची मात्रा काही ठराविक कालावधीपासून जनावरांच्या शरीरात जात असेल तर असे ऑक्सालेट क्षार स्वरूपात किडनी किंवा मूत्रपिंड व इतर महत्त्वाच्या अवयवांमध्ये साठवले जाते. अशा अवयवांची कार्यक्षमता कमी होते. जनावर पडून राहते हाता पायांमध्ये ताठरता येते. जनावर लघवी करण्यासाठी धडपडत असते. लघवी झालीच तर त्याला लालसर रंग आलेला असतो. ऑक्सालेट जर खूप जास्त कालावधीपासून थोड्या थोड्या प्रमाणात जनावरांच्या शरीरात जात असेल तर त्यास जुनाट प्रकारची विषबाधा असे आपण म्हणू शकतो. याच्याप्रमाणे फार गंभीर लक्षणे दिसत नसली तरी रक्तातील क्रिएटिनिन व युरिया या घटकांचे प्रमाण वाढलेले आपणास आढळते. लघवी मार्गाचे दोष निर्माण होतात. जनावर हळूहळू सुस्त

पडू लागते जनावरांचे मूत्रपिंड निकामी झाल्याने किंवा किडनी खराब झालेल्या जनावरांचा मृत्यू होतो

**उपचार आणि प्रतिबंध:**

ऑक्सालेट हा एक पोषण विरोधी घटक असून या घटकाच्या विषबाधेच्या उपचारासाठी ठराविक अशी उपचार पद्धती उपलब्ध नाही. तरीपण पशुवैद्यक लक्षणानुसार याचे उपचार करू शकतात. जनावराच्या आहारातील ऑक्सालेट असणारे घटक दूर करणे हाच एक ऑक्सालेट विषबाधेमध्ये प्रतिबंधात्मक उपाय आहे. तसेच जनावरांना नियमितपणे कॅल्शियम किंवा इतर खनिज मिश्रणे देणे आवश्यक आहे.

# 16

# डुकरांच्या पिल्लांमध्ये होणारी लोहाची विषबाधा

आजकाल बऱ्याच नवीन तरुण उद्योजकांनी वराह पालन हा एक महत्त्वाचा व्यवसाय करून ठेवलेला आहे. आणि त्याच्यामध्ये भरपूर फायदाही होत आहे. त्याच्यामुळे बरेचशे तरुण आजकाल वराह पालन या व्यवसायांकडे वळलेले दिसतात. पराह पालनामध्ये एक महत्त्वाची समस्या असते ती म्हणजे एक पिगलेट अनिमिया किंवा लहान पिल्लांमध्ये जी महत्त्वाची समस्या असते ती म्हणजे पिगलेट अनिमिया. ही समस्या लोह या घटकाच्या कमतरतेमुळे उद्भवते. आणि त्यासाठी आपण लोह हे त्या पिल्लांना तोंडावाटे अथवा इंजेक्शन द्वारे देत असतो. कारण नव्याने जन्मलेल्या पिल्लांसाठी किंवा पिल्लांची संख्या जास्त असल्यामुळे मादी डुकरांना त्यांच्या दुधामधून जास्त लोह मिळत नसल्यामुळे पिल्लांना लोहाची कमतरता निर्माण होते. आणि त्याच्यामुळे रक्तक्षयाची समस्या निर्माण होऊ शकते. त्याच्यामुळे लोह हे बाहेरून दिले जाते. तर हे निश्चित झाले की, नवीन जन्माला येणाऱ्या डुकरांच्या पिल्लांमध्ये लोहाची कमतरता असते. कारण अशा पिल्लांच्या यकृतामध्ये लोहाचा पुरेसा साठा नसतो शिवाय मातेच्या दुधामधून पुरेसे लोह पिल्ले मिळवु शकत नाहीत आणि लोहाच्या कमतरतामुळे होणारी रक्तक्षय किंवा अनीमिया या आजारास फार लवकर बळी पडतात. त्यामुळे अशा पिल्लांमध्ये लोहाचा तोंडावाटे औषध म्हणून पुरवठा करणे अतिशय गरजेचे असते.

जर नवजात पिल्लांना अतिरिक्त लोकांचा पुरवठा नाही केला तर जन्मानंतर दोन ते चार आठवड्यात अशा पिल्लांमध्ये लोहाच्या कमतरतेमुळे होणारा

रक्तक्षय दिसून येतो आणि अशी पिल्ले मृत्युमुखी पडतात. परंतु बऱ्याच वेळा निश्चित केलेल्या लोहाच्या प्रमाणापेक्षा जर पिल्लांना जास्त प्रमाणात लोह दिले गेल्यास डुकरांच्या पिल्लांमध्ये विषबाधेची लक्षणे दिसू लागतात. बऱ्याचवेळा ई जीवनसत्त्वाची किंवा सेलेनियम या घटकांची कमतरता असल्यास सुद्धा लोहाच्या विषबाधेची तीव्रता जास्त असते.

लोहा मुळे होणारी डुकरांमधील विषबाधाची तीव्रता, लोह मात्रेच्या प्रमाणावर तसेच ही लोह मात्रा कुठल्या मार्गाने दिली आहे, या बाबींवर अवलंबून असते. काही वेळा लोहाचे प्रमाण जास्त असल्यास अतितीव्र प्रकारची विषबाधा आढळते. ज्याच्यामध्ये पिल्ले काही लक्षणे न दाखवताच मृत्युमुखी पडतात. इतर प्रकारच्या म्हणजेच तीव्र विषबाधेमध्ये दोन ते सहा सहा तासात मृत्यू झाल्याचे आपणास दिसते. तर मध्यम प्रकारच्या विषबाधेमध्ये दोन ते चार दिवसात डुकरांच्या पिल्लांचा मृत्यू होतो. तीव्र प्रकारच्या विषबाधेमध्ये दिसणारी लक्षणे म्हणजे,

1. उलटी होणे.
2. भूक न लागणे.
3. कावीळ सारखी लक्षणे दिसणे.
4. अशक्तपणा
5. स्नायूंची थरथर
6. उभा राहण्यास असमर्थता
7. श्वासोच्छ्वासास त्रास होणे.
8. आणि शेवटी मृत्यू ही अशा प्रकारची लक्षणे दिसून येतात

जी पिल्ले 24 तासांच्या पुढे जगतात यांच्यामध्ये यकृतामध्ये बिघाड होऊन इतर संसर्ग होतो व मृत्यू होण्याची शक्यता असते.

उपचार आणि प्रतिबंध:

लोहाच्या विषबाधेमध्ये विशिष्ट असा उपचार उपलब्ध नाही. परंतु लक्षणानुसार पशुवैद्यकाकडून उपचार करून घेतले जाऊ शकतात. प्रतिबंधक उपायांमध्ये पिल्लांना योग्य प्रमाणातच लोह द्यावे जेणेकरून विषबाधा होणार नाही.

# 17

# सल्फर किंवा गंधक या घटकांमुळे होणारी विषबाधा

सल्फर किंवा गंधक हा मनुष्य तसेच पाळीव प्राण्यांच्या शरीरासाठी आवश्यक असणारा घटक आहे. मुख्यतः शरीरामधील सिस्टीन आणि मिठिओनिन या दोन अमिनो आम्लामध्ये सल्फर हा महत्त्वाचा भाग आहे. शेतीमध्ये असणाऱ्या रासायनिक खतांमध्ये सुद्धा सल्फर असते. शिवाय बुरशीनाशके तसेच कीटकनाशकांमध्ये गंधक असते. मनुष्य तसेच प्राण्यांच्या अनेक आजारांमध्ये सल्फर चा वापर औषध म्हणून करण्यात येतो. सल्फर किंवा गंधकाची विषबाधा सहसा आढळत नाही परंतु सल्फर रोजच्या आयुष्यात खूप मोठ्या प्रमाणात वापरत असल्यामुळे सल्फरच्या विषबाधेबद्दल विचार करणे गरजेचे आहे.

विषबाधा होते कशी?

1. शेतामधील खते तसेच बुरशीनाशके व कीटकनाशके बनवण्याच्या प्रक्रियेत गंधकाचा वापर केला जातो

2. त्याचप्रमाणे बीज प्रक्रियेमध्ये गंधकाचा वापर केला जातो असा गंधक जर जनावरांच्या आहारात किंवा दावणी मध्ये आल्यास जनावर त्याला चाटू शकतात किंवा खाऊ शकतात.

3. काही वेळा प्राण्यांच्या अंगावरील केसांची चांगली वाढ होण्यासाठी पशुपालक गंधकाचा वापर करतात.

4.  औद्योगिक तसेच घरगुती वापरांच्या अनेक वस्तूंच्या निर्मितीमध्ये गंधकाचा वापर केला जातो जसे की धुण्याचे पावडरमध्ये, फटाक्यांमध्ये, सल्फर चे दिवे बनवण्याच्या कामी गंधकाचा वापर केला जातो.

5.  उद्योग क्षेत्रामधून तसेच जमिनीतून बाहेर पडणाऱ्या भोकरपीय उष्णतेमधून ज्याला आपण लावारस म्हणतो त्याच्यामधुन गंधक बाहेर पडतो.

6.  बऱ्याच ठिकाणी गंधक मिश्रित गरम पाण्याचे झरे पाहायला मिळतात

वरीलपैकी कोणत्याही गोष्टीच्या संपर्कातून जनावरांना विषबाधा होण्याची शक्यता असते गंधक हा बाह्य तसेच अंतर त्वचेसाठी दाहक असल्याने पोटामध्ये दाह निर्माण करून पचन संस्था बिघडवतो.

**गंधकाच्या विषबाधेची लक्षणे:**

1.  गंधकाच्या सेवनानंतर त्याचा सर्वात अगोदर होणारा परिणाम म्हणजे पचन संस्था. पचनसंस्थेवर म्हणजेच पोट आणि आतडे

2.  जनावरास पातळ हगवण लागते.

3.  पोटदुखी सुरू होते.

4.  भूक मंदावते.

5.  जनावरास उभे राहण्यास त्रास होतो.

6.  कधी कधी पातळ हगवण लागते.

7.  बद्धकोष्ठता पहावयास मिळते

8.  जनावर सुस्त बनते

9.  जनावरांना श्वास घ्यायला त्रास होतो

10.  कावीळ सारखी लक्षणे जनावर दाखवू लागते.

**उपचार आणि प्रतिबंध:** लक्षणानुसार पशुवैद्यकांकडून उपचार करून घ्यावे तसेच सल्फर सदृश्य किंवा सल्फर असणाऱ्या पदार्थांपासून जनावरांना दूर ठेवावे.

# 18

# जनावरांमधील स्फुरद किंवा फॉस्फरस या घटकाची विषबाधा

जनावरांच्या शरीरासाठी फॉस्फरस हा आवश्यक असा घटक आहे. जनावरांमधील हाडे आणि दातांच्या योग्य वाढीसाठी फॉस्फरस ची आवश्यकता असते. त्याचप्रमाणे शरीरामधील असंख्य प्रक्रियांसाठी जसे की एडीपी, एटीपी या उर्जा देणार्‍या घटकाच्या निर्मिति प्रक्रियेत फॉस्फरस ची आवश्यकता असते. फॉस्फरसच्या कमतरतेमुळे जनावरांमध्ये पायका नावाचा आजार होतो यामध्ये जनावर अखाद्य वस्तू म्हणजेच ज्या वस्तू खायला नकोत अशा वस्तू जनावरे चावतात किंवा खातात.

सहसा फॉस्फरसची विषबाधा कमी प्रमाणात दिसते. फॉस्फरसचे तीन प्रकार आहेत. पिवळा, पांढरा आणि लाल. यामध्ये पिवळा तसेच पांढरा फॉस्फरस विषारी आहेत. पांढऱ्या फॉस्फरसच्या वाफा अंधारात चमकताना दिसतात. पिवळा फॉस्फरस हा अतिशय विषारी असून साधारणपणे औद्योगिक वापरासाठी याचा उपयोग केला जातो. याच्या मध्ये फटाके बनवण्यासाठी मोठ्या प्रमाणात फॉस्फरस चा वापर केला जातो. त्याचप्रमाणे शेतात वापरली जाणारी रासायनिक खते उंदरांच्या नाशासाठी तयार केले जाणारे उंदीर नाशक, दारूगोळा यामध्ये मोठ्या प्रमाणात फॉस्फरसचा वापर होतो. आगपेटी बनवण्याच्या उद्योगात किंवा कारखान्यात लाल फॉस्फरस चा वापर होतो.

## विषबाधा होते कशी?

1. वरती वर्णन केल्याप्रमाणे रासायनिक खतांमध्ये मोठ्या प्रमाणात फॉस्फरसचा वापर केला जातो त्यामुळे शेतामध्ये वापरली जाणारी रासायनिक खते किंवा त्यांची द्रावणे जनावरांच्या पोटात केल्यास विषबाधा होऊ शकते.

2. उंदीर नाशकांमध्ये फॉस्फरसचा वापर केला जातो उदा. झिंक फॉस्फाईड आणि मग असे उंदीर नाशिक जनावरांच्या खाण्यात आल्यास विषबाधा होऊ शकते.

3. गव्हाच्या कोंड्यामध्ये मोठ्या प्रमाणात फॉस्फरस असते. त्यामुळे अति जास्त प्रमाणात गव्हाचा कोंडा जनावरांना खाऊ घातल्यास विषबाधा होण्याची शक्यता असते

4. घोड्यांमध्ये अशी विषबाधा दिसून येते याला ब्रॅन डिसीज असे संबोधतात.

5. दारू गोळ्या मध्ये फॉस्फरसचे प्रमाण जास्त असते. त्यामुळे जनावरांच्या आहारात अशी दारूगोळ्याची पावडर आल्यास विषबाधा होण्याची शक्यता असते

## लक्षणे:

1. अति जास्त प्रमाणात आहारामधून फॉस्फरस ज्यावेळी शरीरात जातो त्यावेळी त्यांच्या दाहक गुणधर्मांमुळे अन्ननलिका तसेच पोटाच्या आतील त्वचेला इजा पोहोचते. तसेच जनावरांमध्ये हगवण सुरू होते

2. शरीरामध्ये शोषला गेलेला फॉस्फरस शरीरातील महत्त्वाचे अवयव जसे की यकृत आणि हृदय यांना मोठ्या प्रमाणात इजा पोहोचवतो

3. त्वचेवरती फॉस्फरसमुळे जळाल्यासारख्या वेदना होतात आणि त्वचा खराब होते

4. तीव्र प्रकारच्या विषबाधेमध्ये फॉस्फरस मोठ्या प्रमाणात शरीरामध्ये गेलेला असल्यामुळे काही तासातच विषबाधेची लक्षणे दिसतात व मृत्यू होऊ शकतो.

5. खूप मोठ्या प्रमाणात आणि सतत रक्त मिश्रित पातळ शेण टाकणे.

6. पोटदुखी तसेच श्वासाला लसणाचा वास येतो

7. कुत्र्या मंदिरांमध्ये सतत उलट्या तसेच वरील लक्षणे दिसतात

8. त्यानंतर थोड्या काळासाठी जनावर बरे होते आणि परत अशीच लक्षणे दिसून जनावर मलूल होते

9. रक्त पातळी खालावते आणि मृत्यू होतो

10. फॉस्फरस जर त्वचेला लागला असल्यास त्वचा भाजली जाते आणि तीव्र वेदना होतात

11. कमी तीव्रताच्या विषबाधेमध्ये फॉस्फरस ची कमी प्रमाणातील मात्रा दीर्घकाळासाठी जनावरांच्या शरीरात जात असते त्यामुळे जनावरांच्या जबड्यामध्ये जखमा होतात. यामध्ये प्रथम दात दुखी आणि नंतर जबड्यामध्ये जखमा निर्माण होतात. या जखमांमधून सतत स्राव वाहत असल्याने या जखमा भरून येत नाहीत.

12. जबड्याची हाडे उघडी पडतात.

**उपचार आणि प्रतिबंध:** विशिष्ट असे प्रतिविष किंवा नेमके उपचार फॉस्फरसच्या विषबाधेसाठी उपलब्ध नाहीत. त्यामुळे पशुवैद्यक लक्षणानुसार उपचार करू शकतात. लहान जनावरे म्हणजे कुत्रा आणि मांजरांमध्ये फॉस्फरस पोटात गेल्याची लक्षात येतात नलिकेच्या सहाय्याने पोटाचा आतील भाग धुवून घेतला जातो आणि गरजेनुसार उपचार केले जातात. फॉस्फरस संशयित वस्तूंपासून जनावरांना दूर ठेवावे.

# 19

# जनावरांमधील सेलेनियम या घटकाची विषबाधा

सेलेनियम हा जनावरांच्या शरीरासाठी गरजेचा असणारा आवश्यक प्रकारातील घटक आहे.

1. सेलेनियमच्या कमतरते अभावी गाई म्हशीमध्ये व्हाईट मसल डीसीज नावाचा रोग होतो.
2. त्याचप्रमाणे डुकरांमध्ये यकृताचा आजार सुद्धा होतो.
3. सेलेनियम हा घटक कोंबड्यांच्या योग्य वाढीसाठी सुद्धा अतिशय महत्त्वाचा आहे.

सेलेनियम हे शरीरासाठी महत्त्वाचे आहेच परंतु अतिशय कमी प्रमाणात. परंतु जर अति जास्त प्रमाणात सेलेनियम चे सेवन केले तर सेनेने असे सेलेनियम शरीरासाठी घातक असते किंवा हे विषबाधा निर्माण करू शकते.. निसर्गामध्ये काही वनस्पतींमध्ये सेलेनियम जमा करून ठेवण्याची क्षमता असते आणि अशा वनस्पती त्याच भागात पाहायला मिळतात, जिथल्या मातीमध्ये सेलेनियमचे प्रमाण जास्त आहे. पाळीव जनावरे शक्यतो अशा वनस्पती खाताना दिसत नाहीत. मात्र ज्यावेळी चाऱ्यांची कमतरता असते अशावेळी या सेलेनियम असणाऱ्या वनस्पती जनावरांकडून खाल्ल्या जातात आणि मग जनावरांमध्ये विषबाधेची काही लक्षणे दिसतात.

दुसरी महत्त्वाची गोष्ट म्हणजे, ज्या भागातील मातीमध्ये सेलेनियमचे प्रमाण जास्त आहे अशा ठिकाणच्या पाण्यामध्ये सुद्धा सेलेनियमचे प्रमाण जास्त असते आणि असे पाणी सतत पिल्याने सुद्धा विषबाधा होण्याची शक्यता जास्त असते. औषधांमधून सेलेनियमचा अतिरिक्त वापर सुद्धा विषबाधा निर्माण करू शकतो सेलेनियम शरीरात गेल्यानंतर काही महत्त्वाच्या अमायनो ॲसिड निर्मितीमध्ये बिघाड निर्माण होतो आणि त्यामुळे शरीराला आवश्यक असणारी प्रथिने निर्माण होत नाहीत. त्यामुळे जनावरांचे खूर तसेच केसांमध्ये दोष निर्माण झालेले पहावयास मिळतात.

**सेलेनियम विषबाधेची लक्षणे:**

सेलेनियम विषबाधा ही तीव्र तसेच जुनाट अशा दोन्ही पद्धतीमध्ये पाहायला मिळते. तीव्र प्रकारची विषबाधा ही ज्यावेळी सेलेनियम हे शरीरात औषधाच्या रूपात अतिरिक्त प्रमाणात टोचले जाते किंवा ज्या वनस्पतींमध्ये सेलेनियम अतिरिक्त प्रमाणात साठवले जाते अशा वनस्पती किंवा पाण्याच्या सेवनामुळे सेलेनियम घटकाची तीव्र प्रकारची विषबाधा दिसून येते. सेलेनियमच्या सेवनानंतर काही तासातच विषबाधाची लक्षणे दिसू शकतात.

1. जनावर पोट दुखीची लक्षणे दाखवू लागते.
2. जनावराचे पोट फुगते.
3. जनावरांचे शेण अतिशय पातळ होते.
4. जनावरांना श्वास घ्यायला त्रास होतो.
5. हृदयाची गती मंदावते.
6. नाकातून फेस तसेच कधीकधी रक्त येते.
7. जनावर सतत लघवी करते.
8. जनावर अशक्त होते आणि जनावराला उभे राहता येत नाही.
9. जनावराना श्वास घ्यायला त्रास होतो.
10. शेवटी श्वसन संस्थेच्या बिघाडामुळे जनावरांचा मृत्यू झालेला आपणास पाहायला मिळतो.
11. जनावरांच्या श्वासाला लसणासारखा वास येतो.

**मध्यम कालावधीची विषबाधा:**

जनावर जर काही आठवडे अतिरिक्त प्रमाणात सेनेचे सेवन करत असेल तर सेलेनियमची विषबाधा होऊ शकते. यामधील महत्त्वाची लक्षणे म्हणजे

1. जनावर भानावर नसल्यासारखे किंवा आंधळ्यासारखे करते आणि रस्त्यात येणाऱ्या वस्तूंना धडकत राहते. उदाहरणार्थ झाड, भिंत, यांना जनावर धडकत राहते.
2. जनावरांची भूक मंदावते.
3. जनावरांचे पुढचे पाय अशक्त होतात
4. दृष्टी अतिशय कमकुवत होते
5. जीभ व घसा, लुळा पडलेला असतो.
6. शरीराचे तापमान कमी होते
7. आणि श्वसन संस्थेच्या बिघडल्यामुळे जनावरांचा मृत्यू झालेला आपणास पहावयास मिळतो.

दीर्घकालीन विषबाधेमध्ये जनावरांच्या आहारात कमी मात्रेमध्ये काही महिन्यांसाठी वनस्पती पासुन जनावरांच्या शरीरात जात असेल तर दीर्घकालीन विषबाधा होऊ शकते.

1. दीर्घकालीन विषबादीमध्ये खुरामध्ये भेगा पडतात.
2. जनावर लंगडते
3. सांधेदुखी
4. जनावर सुस्त होते
5. जनावरांचे केस गळतात.
6. खुर पुढच्या बाजूस खूप वाढतात. त्यामुळे जनावरांना चालताना खूप त्रास होतो.
7. खुरांची अनियंत्रित वाढ झाल्यामुळे जनावरांना थोडे अंतर सुद्धा चालणे शक्य होत नाही. आणि जनावरे चारापाणी खाण्यासाठी सुद्धा हालचाल करू शकत नाहीत त्यामुळे अन्न पाण्याविना जनावरांचा मृत्यू होऊ शकतो.
8. जनावराच्या कानाचा शेपटीचा जिभेचा जिभेच्या टोकाचा भागावर अनेक जखमा झालेल्या

**उपचार आणि प्रतिबंध:** सेलेनियमच्या विषबाधेमध्ये नेमका असा उपचार उपलब्ध नाही. त्यामुळे लक्षणानुसार उपचार करणे योग्य ठरते. प्रतिबंधात्मक उपायांमध्ये सेलेनियम असणारा चारापाणी हे जनावरांना न देणे हा एक महत्त्वाचा उपाय आहे त्याचप्रमाणे जमिनीतील आणि चारापाण्यातील सेलेनियमचे प्रमाण

तपासणे महत्त्वाचे आहे.

# 20

## जनावरामधील पारा किंवा मर्क्युरी या घटकाची विषबाधा

पारा किंवा मर्क्युरी हा धातू प्रकारातील घटक आहे. परंतु याच पाण्यामुळे जपान मधील मीनामाता येथे 1950 ते 1960 या कालावधीत समुद्रातील मासे खाल्ल्यामुळे माणसं आजारी पडू लागली. आणि त्यांना मेंदूच्या सम्बंधीत आजार होऊ लागले. त्याचा ज्यावेळी शोध घेण्यात आला त्यावेळी असे निदर्शनास आले की मीनामाता बंदरा जवळ असणाऱ्या एका रासायनिक उत्पादनाच्या कारखान्यामधून काही टाकाऊ रसायने समुद्रात सोडली जायची आणि अशा रसायनांमध्ये मिथाईल मर्क्युरी हा मुख्य घटक होता हे मिथाईल मर्क्युरी समुद्रातील माशांच्या शरीरामध्ये जमा व्हायचे आणि मग असे मासे माणसाच्या खाण्यात आल्यास मानवामध्ये काही लक्षणे दिसू लागायची. ज्याच्यामध्ये माणसाच्या मेंदूवर परिणाम होऊन बोलण्यात, वागण्यात व चालण्यात बिघाड निर्माण होऊ लागला. इतिहासामध्ये मर्क्युरी किंवा पाऱ्यामुळे विषबाधा झाल्याच्या बऱ्याच घटना आहेत बारा जसा विषारी आहे तसेच त्याचे औषधी गुणधर्म सुद्धा आहेत आणि बऱ्याच औषधांमध्ये पारा वापरला सुद्धा जातो पाऱ्यामुळे होणारी विषबाधा मर्क्युरी चे काही प्रकार बुरशीनाशक म्हणून वापरले जातात उदाहरणार्थ इथाईल मर्क्युरी क्लोराईड आणि हायड्रॉक्साइड ही रसायने बीज प्रक्रियेमध्ये बुरशीनाशक म्हणून वापरली जातात बऱ्याचशा औद्योगिक

तसेच घरगुती वापरांच्या वस्तूमध्ये पाण्याचा वापर केला जातो उदाहरणार्थ मर्क्युरीचे दिवे, इन्फ्रारेड साधने, प्लास्टिक, दंतवैद्यक उपकरणांमध्ये तसेच आरसा, विद्युत उपकरणे इत्यादींमध्ये पाण्याचा वापर केला जातो. पाण्यामध्ये सोडलेला औद्योगिक घन व द्रव कचरा यामुळे पारा पाण्यामधील जीवांमध्ये साठवला जातो. त्यामुळे अशा वरील सर्व वस्तूमुळे चारा पाणी दूषित होणे, किंवा वरील पदार्थ अपघाताने जनावरांच्या सेवनात येण्यामुळे विषबाधा होऊ शकते.

**लक्षणे:** अल्प कालावधीसाठी जनावरांच्या शरीरात पाऱ्यांचे अंश जात असतील तर जनावर काही विषबाधाची लक्षणे दाखवते जसे की

1. अशक्तपणा
2. उलट्या येणे
3. हगवण
4. श्वास थांबणे
5. खोकला
6. थंडी वाजणे

अशी लक्षणे दिसून येतात त्याचप्रमाणे पारा क्षार स्वरूपात जनावरांच्या शरीरात गेल्यास तोंडापासून ते पूर्ण पोट व आतड्याच्या अंतर त्वचेला इजा पोहोचली जाते. ज्याच्यामुळे पोटदुखी उलटी व रक्ती हगवण त्याचप्रमाणे शरीरातील रक्तसंचार कमी होतो. मूत्रपिंडाची कार्यक्षमता ढासळते. श्वासास वाईट वास येऊ लागतो. जनावर दोन ते चार दिवसात दगावते.

**उपचार आणि प्रतिबंध:** मर्क्युरीच्या विषबाधेमध्ये विशिष्ट असे नेमके उपचार उपलब्ध आहेत. यामध्ये मर्क्यापरोल, डीपेनिसिलामाइन, सोडियम सल्फेट सारखी औषधे व इतर औषधे लक्षणानुसार पशुवैद्यक वापर करू शकतात

# 21

# जनावरांमधील फ्लोराइड या घटकाची विषबाधा

फ्लोरिन हा हॅलोजन गटातील अधातू पदार्थ असून निसर्गात तो फ्लोराइड स्वरूपात असतो. फ्लोराईड हा इतर घटकांशी लगेच संयोग पावत असल्याने तो कॅल्शियम क्लोराइड अथवा सोडियम क्लोराइड तसेच इतर अनेक रूपांमध्ये आपल्याला आढळतो. निसर्गामध्ये घडणाऱ्या भूगर्भीय हालचाली तसेच अनेक खनिजांसोबत क्लोराईड पाण्यामध्ये मिसळला जातो. पाण्यामधुन थोड्या थोड्या प्रमाणात शरिरात जात असल्या कारणाने फ्लोराइडची विषबाधा ही अति तीव्र किवा तीव्र प्रकारात मोडत नाही परंतु दीर्घकालीन जर शरीराला जास्त प्रमाणात फ्लोराईड मिळत असेल तर हाडांचे व दातांचे दोष निर्माण झालेले आपल्याला पाहायला मिळतात. यामध्ये

1. जनावर अचानक लंगडणे
2. स्नायू आखडणे.
3. जनावर उभा राहताना त्याला वेदना होणे.
4. तसेच दातांचे आवरण खराब होणे
5. दात खराब होणे आणि त्यामुळे जनावरास चारा चावताना वेदना होणे या गोष्टी होतात.
6. त्याचप्रमाणे जनावरांच्या पायांचे खूर खूप वाढतात आणि त्यामुळे जनावरांना चालताना खूप त्रास होतो.

## जनावरांच्या शरीरात फ्लोराइड येते कुठून?

1. आपल्याकडे ज्या खूप खोल आणि जुनाट विहिरी आहेत अशा विहिरींच्या पाण्यामध्ये फ्लोराईडचे प्रमाण जास्त असते.

2. त्याचप्रमाणे एखाद्या भागातील मातीमध्ये फ्लोराईडचे अतिशय जास्त प्रमाणात असेल तर अशा भागातून वाहणाऱ्या पाण्यामध्ये फ्लोराईडचे प्रमाण जास्त असते आणि असे पाणी जनावर दीर्घकाळासाठी पीत असेल तर जनावरांमध्ये फ्लोराईडची विषबाधा दिसून येते.

3. आपल्याकडे सध्या पाण्याची पातळी खूप खोलवर गेलेली असल्याने लोक पिण्याच्या पाण्यासाठी खूप खोलपर्यंत खूप खूप नलिका म्हणजेच बोरवेल्स घेताना दिसतात आणि अशा खूप खोलवरच्या पाण्यामध्ये फ्लोरीन किंवा फ्लोराइडचे प्रमाण खूप जास्त असते. दुसरी महत्त्वाची गोष्ट म्हणजे पाण्याप्रमाणेच ज्या जमिनीत फ्लोराईडचे प्रमाण खूप आहे अशा जमिनीत उगवणाऱ्या वनस्पतींमध्ये सुद्धा फ्लोराइडचे प्रमाण खूप मोठे असते. त्यामुळे अशा जमिनीमध्ये घेतल्या जाणाऱ्या चारा पिकांमध्ये फ्लोराईड हा घटक आढळतो.

4. तिसरी महत्त्वाची गोष्ट म्हणजे जनावरांना दिली जाणारी खनिज मिश्रणे. या खनिज मिश्रणामध्ये जर फ्लोराइडचे प्रमाण योग्य नसेल किंवा जास्त प्रमाणात असेल तर अशा खनिज मिश्रण पासून सुद्धा विषबाधा होऊ शकते. खते किंवा खनिज मिश्रण तयार करणाऱ्या कारखान्यांचा कचरा किंवा धूळ, सांडपाणी आणि टाकाऊ पदार्थांमध्ये फ्लोराइडचे प्रमाण जास्त असते. सोडियम फ्लोरो सिलिकेट सारखी रसायने उंदरांच्या बंदोबस्तासाठी वापरली जातात. त्याचप्रमाणे सोडियम फ्लोराइड हे पिसू, गोचीड यांच्या प्रतिबंधासाठी वापरले जाते. त्यामुळे अशा कीटकनाशकांमुळे अपघाताने जर जनावरांनी सेवन केले तर विषबाधा होण्याची शक्यता असते. तीव्र प्रकारची विषबाधा फारशी पाहावयास मिळत नसली तरी अति जास्त प्रमाणात फ्लोराइड शरीरात गेल्यास विषबाधा विषबाधा होण्याची शक्यता असते.

## फ्लोराइडचे शरीरावरील परिणामः

1. जनावरांच्या शरीरात ज्यावेळी फ्लोराईड प्रवेश करते त्यावेळी ते शरीरामधील महत्त्वाचे पोषक घटक जसे की कॅल्शियम किंवा मॅग्नेशियम यांच्याशी संयोग

पाहून त्यांना निरुपयोगी करते. परंतु कॅल्शियम, मॅग्नेशियम हे घटक शरीराच्या अनेक महत्त्वाच्या प्रक्रियांमध्ये आवश्यक असल्याने जनावरांच्या शरीरामध्ये बिघाड सुरू होतो.

2. परंतु जर फ्लोराइड असलेले पदार्थ खनिजे, पाणी, मिश्रणे जास्त प्रमाणात दीर्घकाळासाठी जनावरांच्या शरीरात जात असतील तर त्यांचे दीर्घकालीन परिणाम हाडे आणि दातांवर दिसून येतात,

3. जनावरांच्या दात निर्मिती प्रक्रियेत फ्लोराइडमुळे बिघाड निर्माण होतो आणि जनावरांचे दात व्यवस्थित येत नाहीत किंवा येणारे दात वेडेवाकडे त्याचप्रमाणे ठिसूळ असतात. तसेच त्यांचा सफेद पणा कमी असतो. आणि ते तपकिरी किंवा काळसर रंगाचे असतात आणि असे दात लगेच तुटतात किंवा पडतात.

4. हाडांमध्ये सुद्धा हाडांच्या निर्मितीसाठी लागणारी खनिज द्रव्य व्यवस्थितरित्या वापरली न गेल्याने हाडांचे दोष निर्माण होतात. हाडे ठिसूळ बनतात आणि थोडीशी पण इजा झाली तर हाडे मोडतात.

फ्लोराईड विषबाधेची लक्षणे: तीव्र प्रकारची विषबाधा ही क्वचित होत असली तरी खूप जास्त प्रमाणात फ्लोराईड युक्त घटकांचे सेवन केल्यास फ्लोराईडची तीव्र विषबाधा प्रकारची आढळून येते. यामध्ये दिसणारी लक्षणे पुढील प्रमाणे

1. तोंडावाटे पोटात गेल्यास तीस ते साठ मिनिटांमध्ये लक्षणे दिसू लागतात
2. फ्लोराईड दाहक असल्याने पोट आणि आतड्याचा दाह मोठ्या प्रमाणात होतो.
3. जनावर खाणे सोडून देते
4. जनावर पोटदुखीची लक्षणे दाखवते.
5. त्याचप्रमाणे जनावर पातळ शेण टाकते
6. जनावर मोठ्या प्रमाणात लाळ गाळू लागते.
7. जर फ्लोराईड वायू किंवा धुळीच्या स्वरूपात जनावरांच्या शरीरात गेला असल्यास फुफुसाचा दाह सुरू होऊन फुफ्फुसामध्ये पाणी होते.
8. श्वसन मंदावते
9. त्याचप्रमाणे हृदयाचे ठोके कमी होऊन बंद पडते
10. जनावर अशक्त होऊन स्नायू थरथरू लागतात
11. जनावर दातावर दात घासते.

12. त्याचप्रमाणे जनावर अस्वस्थ होते तसेच अति संवेदनशील होते जनावर खाली पडते व जनावराचा मृत्यू होतो

दीर्घकालीन विषबाधा किंवा जुनाट प्रकारची विषमता:

फ्लोराईड असणारे अन्न, पाणी किंवा चारा हे जर थोड्या थोड्या प्रमाणात पिण्याच्या पाण्यातून किंवा आहारातून जनावरांच्या शरीरात जात असेल तर दीर्घकालीन प्रकाराची विषबाधा निर्माण होते. यामध्ये महत्त्वाचे म्हणजे

1. दात आणि हाडाचे दोष निर्माण होतात.
2. जनावर अचानक लंगडू लागते लंगड ने काही काळासाठी थांबून परत सुरू होते.
3. जनावरास उभे राहणे त्रासदायक होते. स्नायू आखडतात.
4. शरीरातील काही हाडे जाड होऊ लागतात जसे की जबड्याचे हाड, छातीच्या मध्य भागाचे हाड, बरगड्या इत्यादी काही वेळा पायाचा खालचा भाग सुजलेला दिसतो.
5. बाधित हाडांना चाचपले असता जनावर वेदना झाल्याचे दाखवते.
6. जनावरांची भूक मंदावते तसेच जनावर अशक्त व कृष बनत जाते
7. जनावरांचे वजन कमी होते
8. उत्पादन घटते
9. हाडे ठिसूळ व कमकुवत होत जातात
10. जनावरांच्या दातामधील दोष हे वाढत्या वयाच्या जनावरांमध्ये पाहायला मिळतात म्हणजे ज्यावेळी दातांची निर्मिती आणि वाढ होत असते अशावेळी फ्लोराईड शरीरात जात असेल तर ते दातांमध्ये दोष निर्माण करतात. मात्र पूर्ण वाढ झालेल्या जनावरांमध्ये फ्लोराइडचा दातावर फारसा परिणाम होताना दिसत नाही. जे जनावरे पाच वर्षापर्यंत जन्मानंतर जी वाढत असतात त्यांच्यात दात आणि हाडे यांची वाढ होत असताना त्याच्यामध्ये फ्लोराईड जमा होत राहते. आणि असे क्लोराईड हाडांमध्ये आणि दातांमध्ये दोष निर्माण करते. दाताचे इनामल म्हणजेच बाह्य आवरण खराब होते. दात व्यवस्थित वाढत नाहीत दातावर काळसर तपकिरी रंग किंवा डाग दिसतात. दात लगेच तुटतात. त्यामुळे जनावरांच्या खाण्यामध्ये आणि चारा गिळण्यामध्ये दोष निर्माण होतात. जनावर व्यवस्थित खाऊ शकत नाही.

उपचार आणि प्रतिबंध: फ्लोराईडच्या विषबाधेसाठी विशिष्ट असे उपचार नाहीत. परंतु कॅल्शियमची औषधी दिली जाऊ शकतात. प्रतिबंधात्मक उपायांमध्ये चारा आणि पाण्यामध्ये बदल करणे. महत्वाचे आहे. जनावरांमधील असणारी खनिज द्रव्यांची कमतरता किंवा अतिरिक्त खनिज द्रव्यांच्या प्रमाणामधील सुधारणा महत्वाची आहे. जनावरांमध्ये दात आणि हाडांचे दोष दिसत असल्यास पशुवैद्यकांकडून योग्य ते उपचार करून घेणे महत्वाचे ठरते.

# 22

# आर्सेनिक या घटकाची विषबाधा

आर्सेनिक हा अतिशय महत्त्वाचा आणि धातूवर्गीय घटक असून पाळीव प्राण्यांसाठी अतिशय घातक असा धातू आहे. आर्सेनिकचा वापर मुख्यतः लाकूड संवर्धन तसेच कीटकनाशक म्हणून केला जातो.

स्त्रोतः आर्सेनिकमुळे होणारी विषबाधा ही मुख्यतः आर्सेनिकट्राय ऑक्साईड, आर्सेनिक पेंटॉक्साईड पोटॅशियम आरसेनेट या पदार्थांमुळे होते. जनावरांमध्ये पिण्याच्या पाण्यातून दूषित चाऱ्यामधून विषबाधा होते. मेंढ्यांमध्ये आर्सेनिक मुळे होणारी विषबाधा सततच्या आर्सेनिक मिश्रित चारा व पाण्याच्या सेवनामुळे होत असते. आर्सेनिक हाडे, त्वचा, केस तसेच खुरांमध्ये जमा होत राहते.

लक्षणे:

1. आर्सेनिक विषबाधेमध्ये मुख्यतः पचन संस्था व रक्ताभिसरण संस्था यावर परिणाम जाणवतो.
2. काही जनावरांमध्ये तात्काळ दिसून येणारा परिणाम म्हणजे पाण्यासारखी हगवण.
3. तीव्र पोटदुखी
4. डीहायड्रेशन
5. अशक्तपणा मंदावलेले नाडीचे ठोके आणि रक्ताभिसरणाची अकार्यक्षमता आढळते.

6. पहिल्या 24 तासात लक्षणे आढळतात जर आर्सेनिकची मात्रा कमी असेल तर जनावर बरेच दिवस जिवंत राहते. पण काही सामान्य लक्षणे जसे की पोट दुखी, चारा न खाणे, डिप्रेशन, अशक्तपणा, अस्वस्थता, हगवण, सतत लघवी इत्यादी लक्षणे आढळतात. पुढे जाऊन मागचे पाय डोळे पडणे धडपडणे, कान, शेपटी थंड पडणे आणि शरीराचे तापमान कमी होणे ही लक्षणे सुद्धा दिसू शकतात.

7. डुकरांमध्ये वजन कमी होणे, पाठीमागचा भाग लुळा पडणे ही लक्षणे आहेत

**निदान:** पूर्व इतिहास, लक्षणे तसेच यकृत् मूत्रपिंडा मधील आर्सेनिकचे प्रमाण, पोटदुखी, हगवण इत्यादी वरून निदान करता येते.

**उपचार व प्रतिबंध:** तज्ञ पशुवैद्यकांच्या सल्ल्याने उपचार करावेत. ब्रिटिश अँटी लेव्हिसाइट किंवा डायमंरकॅपरोल हे उपचारासाठी योग्य ठरणारे घटक आहेत.

# 23

# जनावरांमधील मीठ या घटकाची विषबाधा

मनुष्याच्या तसेच जनावरांच्या आहारातील मीठ हा आवश्यक घटक आहे. परंतु कोणत्याही घटकाचे अतिरिक्त सेवन घातक ठरू शकते. त्याप्रमाणे मिठाचे सुद्धा आहे मिठाच्या सेवनाचे अतिरिक्त सेवनाचे घातक परिणाम सर्वच प्राण्यांमध्ये आढळून येतात. परंतु डुक्कर आणि कोंबड्यांमध्ये विषबाधा जास्त प्रमाणात आढळते.

विषबाधेचा स्त्रोत:

1.  जास्त प्रमाणात मीठ असणारे खाद्यपदार्थ
2.  जनावरांकडून अपघाताने मिठाचे अतिरिक्त सेवन
3.  मासळी युक्त खाद्यपदार्थ म्हणजेच मिठात साठवलेले खाद्यपदार्थ
4.  बेकरीचे उरलेले पदार्थ
5.  ई जीवनसत्व व गंधकाची खाद्यातील कमतरता यामुळे विषबाधा होऊ शकते
6.  परंतु सर्वात महत्त्वाची गोष्ट म्हणजे मिठाच्या सेवनानंतर जनावरास पाणी न मिळणे त्यामुळे विषबाधा होऊ शकते
7.  योग्य मीठ व योग्य पाणी असल्यास जनावराना विषबाधा होत नाही कारण मीठ म्हणजे सोडियम क्लोराईड. आणि हे सोडियम किडनीवाटे म्हणजेच मुक्तपणे बाहेर टाकण्यासाठी भरपूर पाण्याची आवश्यकता असते. त्यामुळे मिठाच्या सेवनानंतर जनावरास पाणी न मिळाल्यास विषबाधा होऊ शकते.

**विषबाधेची प्रक्रिया:** अतिरिक्त मिठाच्या सेवनामुळे सोडियम आणि पाणी या दोन घटकांमधला समतोल बिघडतो. सोडियम हे आतड्यामध्ये दाह निर्माण करतात. त्यामुळे जनावरांना आतड्यांची हालचाल वाढून हगवण लागणे व डीहायड्रेशन म्हणजेच पाण्याची कमतरता सारखी लक्षणे आढळतात. त्यामुळे अतिरिक्त सोडियमचा मूत्रपिंडावर ही घातक परिणाम होतो. तसेच शरीरातून टाकाउ पदार्थ व्यवस्थित बाहेर टाकले जात नाहीत. आणि त्यामुळे शरीराला सूज येणे. तसेच मेंदू व मज्जासंस्थेवर परिणाम झालेला दिसून येतो.

लक्षणे:

1. मिठाच्या अतिरिक्त वापराने अथवा विषबाधेमध्ये साधारणतः भूक मंदावने
2. तहान लागणे
3. लाळ गाळणे तसेच सुरुवातीला हगवण व नंतर बद्धकोष्ठता दिसून येते
4. सुरुवातीस जनावर सतत लघवी करते आणि नंतर लघवी बंद होते
5. नाकातून स्त्राव येतो नाडीचे ठोके मंद होतात
6. शरीराचे तापमान साधारणपणे साधारण राहते किंवा नॉर्मल राहते पण त्वचा थंड पडते.
7. स्नायूंमध्ये ताठरता येते
8. जनावर अस्वस्थ होते
9. आंधळ्यासारखे करते
10. धडपडते पडते मागील बाजूस चालायचा प्रयत्न करते त्यामुळे पायाने जमीन उखडल्यासारखं करते
11. गोल गोल फिरत राहते
12. पाय झाडते
13. थरथरते झटके देते
14. एका बाजूस पडते
15. बेशुद्ध अवस्था व शेवटी मृत्यू ही लक्षणे आहेत
16. मरणोत्तर आढळणाऱ्या गोष्टी: योग्य पशुवैद्याकडून अशावेळी विच्छेदन केल्यास काही गोष्टी आढळतात. जसे की, पोट व आतड्याच्या आतील भाग रक्ताळलेला व दाह झालेला आढळतो. शेण पातळ होते. गडद अथवा सुकलेले असते. हृदयाच्या बाजूस पाणी आढळते. शरीरामध्ये पाणी साठलेले असते. किडनी दाह मज्जासंस्था व मेंदूच्या अनेक भागात पाणी होते.

आता निदान कसे करावे? मीठ सेवनाचा पूर्व इतिहास व महत्त्वाची लक्षणे जसे की अतिरिक्त तहान, मरणोत्तर अहवाल इत्यादीवरून निदान करता येते.

उपचार आणि प्रतिबंध: मिठाच्या विषबाधेसाठी ठराविक असा उपचार उपलब्ध नाही परंतु पशुवैद्यकांकडून लक्षणानुसार उपचार करून घ्यावेत. मीठ असलेले खाद्य देने टाळावे. अतिरिक्त अथवा अति जास्त प्रमाणात पाणी देणे सुरुवातीस टाळावे व थोड्या थोड्या प्रमाणात पाणी द्यावे

# 24

# अतिरिक्त मीठ : जनावरांसाठी घातकच

मानवाप्रमाणेच जनावरांच्या आहारात मीठ हा आवश्यक घटक आहे. शेतकरी जनावरांच्या खाद्यात मीठाचा वापर खाद्याच्या चव वाढीसाठी आणि खाद्य पुर्णपणे खाल्ले जावे म्हणून करताना आढळतात. आपणाला कल्पना आहेच की, चविसाठी थोड्या प्रमाणात मीठ वापरल्यास फायदाच होतो. पण बर्‍याचवेळा शेतकर्‍यांकडून अतिरिक्त फायद्यासाठी, किवा चुकून मीठाचा वापर जास्त केला जातो. कोणत्याही पदार्थाचे अतिरिक्त सेवन हे घातकच असते. त्याचप्रमाणे मीठाचे सुद्धा आहे. मीठाच्या जनावरांच्या आहारातील अतिरिक्त वापरामुळे जनावरांच्या शरीरावर घातक परिणाम झाल्याचे आपणास पाहावयास मिळते. मीठाच्या अतिरिक्त वापरामुळे होणारी विषबाधा ही सर्वच प्राण्यांमध्ये आढळून येते, तथापि, डुक्कर आणि कोंबड्यांमद्धे जास्त प्रमाणात विषबाधा दिसते.

**विषबाधा होते कुठून?**

- शेतकरी ज्यावेळी जनावरांच्या आहारात मीठाचा वापर अतिरिक्त प्रमाणात करतो
- जास्त प्रमाणात मीठ असणारे खाद्य पदार्थ जनावरांकडून अपघाताने खाल्ले गेल्यास
- मासळी युक्ता खाद्याचे अतिरिक्त सेवन
- बेकरी चे उरलेले खाद्य पदार्थ
- ई जिवनसत्व त्याचप्रमाणे गंधक या घटकाची आहारातील कमतरता

- याव्यतिरिक्त सर्वात महत्वाची गोष्ट म्हणजे, मीठ युक्त आहार दिल्यानंतर पिण्यास योग्य प्रमाणात पाणी न मिळणे अथवा बिलकुलच न मिळणे.

मीठयुक्त खाद्य पदार्थांनांनातर योग्य प्रमाणात पानी उपलब्ध असल्यास जांनावरांमध्ये विषबाधा आढळून येत नाही. याचे महत्वाचे कारण म्हणजे, मीठ अर्थात सोडियम क्लोराइड, आणि शरीरात जेव्हा अतिरिक्त मीठ खाल्ल्याने रक्तामध्ये सोडियम चे प्रमाण वाढते त्यावेळी अतिरिक्त सोडियम लघवी वाटे बाहेर टाकले जाते. आणि हे सोडियम बाहेर टाकण्यासाठी पाण्याची गरज असते आणि अश्या वेळी पाणी न मिळाल्यास मीठाची विषबाधा आपणास पाहावयास मिळते.

विषबाधेची प्रक्रिया :

अतिरिक्त मीठाच्या सेवनामुळे सोडियम आणि पाणी या दोन घटकांमधला समतोल ढासळतो. त्यामुळे जास्त झालेले सोडियम आतड्यामध्ये दाह निर्माण करत असते. त्यामुळे जनावरांच्या आतड्यांची हालचाल वाढून जनावरांना हगवण लागणे, शरीरातील पाणी कमी होणे. ही लक्षणे दिसतात. अतिरिक्त सोडियम मुळे किडनी वर सुद्धा घातक परिणाम दिसू लागतो. त्यामुळे शरीरातून टाकाऊ पदार्थ बाहेर टाकण्याचे मुख्य काम बिघडू लागते. त्याचा परिणाम म्हणून शरीराला सूज येणे, तसेच मेंदू व चेतसंस्थे वर विपरीत परिणाम दिसून येते. जनावर वेड्यासारखे वागू लागते.

लक्षणे:

मीठाच्या अतिरिक्त वापरामुळे आढळणारी प्रमुख लक्षणे म्हणजे,

- जनावरांची भूक मांडवते,
- सतत तहान लागणे,
- लाळ गळणे,
- तसेच सुरूवातीला हगवण (पातळ शेण) व नंतर बद्धकोष्टता (कठीण शेणाचे गोळे) ,
- सुरूवातीला जनावर सतत लघवी करते, आणि नंतर लघवी बंद होते.
- नाकातून पाणी येणे.
- नाडीचे ठोके मंद होणे.
- शरीराचे तापमान साधारण असते, पण त्वचा तसेच नाक थंड पडतात.
- संनायूमध्ये ताठरता येते.

- जनावर अस्वस्थ होऊ लागते.
- जनावर आंधळ्यासारखे करू लागते.
- धडपडणे, पडणे , मागील बाजूस सरकण्याचा व चालण्याचा प्रयत्न करते.
- पायाने जमीन उकरते. गोल गोल फिरते, पाय झाडते, थरथरते झटके देते.
- एका बाजूस पडते , बेशुधावस्थेमध्ये जाऊन दगाऊ पण शकते. व शेवटी मृत्यू पावते.

## मरणोत्तर आढळणार्‍या गोष्टीः

विषबाधेमुळे मेलेल्या जनावरांच्या शवविछेदन अहवालामध्ये खालील गोष्टी प्रामुख्याने आढळतात.

- जनावरांच्या पोटातील व आतड्याच्या आतील त्वचा दाह झालेली तसेच रक्त स्राव झालेला दिसतो.
- शेण पातळ घट्ट अथवा सुकलेले असू शकते.
- हृदयाच्या आझु बाजूस पाणी आढळते
- शरीरमध्ये काही भागात पाणी आढळते.
- किडनी दाह, तसेच चेतसस्न्था व मेंदूच्या अनेक भागात पाणी आढळते.

## निदान कसे करावे?

मीठमुळे जनावर आजारी आहे किवा नाही हे तपासण्यासाठी जनावराच्या खाण्याबद्दल, आहारबद्दल पूर्ण माहिती असणे आवश्यक आहे. त्याचप्रमाणे महत्वाची लक्षणे जसे की, अतिरिक्त तहान लागणे, चेतसंस्थे वरील परिणाम, जनावराच्या वागणुकीतीतील हिंसक बादल, मरणोत्तर अहवाल या गोष्टीवरून निदान करणे शक्य होते.

## उपचार आणि प्रतिबंध;

कोणतीही विषबाधेची लक्षणे आढळ्यास त्वरित जवळच्या पशुवैद्यकीय दवाखान्याशी संपर्क करून जनावरांच्या आहारबद्दल तसेच लक्षणाबद्दल पूर्ण माहिती द्यावी. कोणतीही गोष्ट पशुवैद्यकांपासून लपवू नये. मीठाच्या विषबाधेस ठराविक असे उपचार नाहीत परंतु पशुवैद्यक लक्षणानुसार योग्य ते उपचार करू शकतात. दुसरी महत्वाची गोष्ट म्हणजे जनावरांच्या आहारात मीठाचे प्रमाण अतिरिक्त असू नये. मीठ असणारे खाद्य अतिप्रमाणात देऊ नये जसे की मीठात साठवलेले मासळीयुक्त खाद्य (फिश मिल). मीठाच्या

विषबाधेची लक्षणे दिसल्यास एकदम जास्त प्रमाणात पाणी न देता थोड्या थोड्या प्रमाणात पाणी द्यावे.

# 25

# जनावरांच्या आहारातील युरियाचा वापर आणि विषबाधा

युरिया हे मुख्यता: रासायनिक खत म्हणून शेतामध्ये वापरले जाते. परंतु रवंथ करणाऱ्या जनावरांमध्ये अप्रथीन युक्त नत्राचा स्त्रोत म्हणून युरियाचा वापर बऱ्याच वेळा केला जातो. साधारणतः सुक्या चाऱ्याच्या 2% प्रमाणात युरियाचे पचन रवंथ करणारी जनावरे आरामात करतात. जनावरांच्या पोटातील सूक्ष्मजंतू या युरियाचे अमोनियांमध्ये रूपांतर करतात आणि असा अमोनिया नंतर प्रथिने निर्मितीसाठी सूक्ष्मजंतुंकडुन वापरला जातो. त्यामुळे जनावरांच्या खाद्यातून अतिरिक्त प्रथिने द्यायची आवश्यकता नसते किंवा कमी प्रमाणात भासते. परंतु जर युरिया अतिरिक्त प्रमाणात दिला गेल्यास तयार होणारा अमोनिया जास्त प्रमाणात होतो. व पोटातील सूक्ष्मजंतू अतिरिक्त अमोनियाचे प्रथिनात रूपांतर करू शकत नाही. अमोनियाचा व्यवस्थित वापर होण्यासाठी विद्राव्य कर्बोदके, साखर व स्टार्चच्या रूपात शरिरास मिळणे आवश्यक असते. असे न झाल्यास जनावरांमध्ये युरियाची विषबाधा आढळते. रवंथ करणारी जनावरे खाद्यातील युरिया त्वरित स्वीकारतात तर जनावरास रोज थोड्या थोड्या प्रमाणात युरिया देत असेल तर असे जनावर जास्तीत जास्त 400 gm पर्यंत युरिया सहज पचवू शकतात. परंतु जर जनावरास युरियाची सवय नसेल तर ५० ग्रॅम युरिया सुद्धा जनावरास घातक ठरू शकतो. युरियामुळे होणारी विषबाधा अनेक घटकांवर

अवलंबून असते. जसे की, तयार होणारे अमोनियाचे प्रमाण व त्याचे प्रथिनात रूपांतर यातील तफावत, विद्राव्य कर्बोदकांची उपलब्धता, पोटातील अन्नाचा सामू, किंवा पीएच, खाद्यात होणारा अचानक बदल, पाण्याची उपलब्धता हे आणि असे अनेक घटक कारणीभूत असतात. स्त्रोतः

द्रव अथवा घन स्वरूपातील युरियाचे अपघाती अथवा अचानक सेवन. सवय नसलेल्या जनावरांना अचानक मोठ्या प्रमाणात दिला जाणारा युरिया अथवा खाद्यामध्ये व्यवस्थित मिक्स न केला गेलेला युरियाचा भाग यामुळे युरियाची विषबाधा होऊ शकते.

**विषबाधा होण्याची प्रक्रियाः** युरिया आणि पाणी यांच्यापासून पोटातील सूक्ष्मजंतू कार्बन डाय-ऑक्साइड व अमोलीनिया तयार करतात. असा अमोनिया परत प्रथिनांमध्ये रूपांतरीत होतो. अथवा काही प्रमाणात अमोनियम या घटकात रूपांतरित होतो आणि तो बाहेर टाकला जातो. जर युरियाच्या अतिरिक्त सेवनामुळे अतिरिक्त अमोनिया तयार झाला तर पोटातील सूक्ष्मजंतू तेवढ्या प्रमाणात त्यावर प्रक्रिया करू शकत नाहीत. अशावेळी असा अमोनिया रक्तात शोषला जाऊन विषबाधा निर्माण होते.

**विषबाधेची लक्षणेः** विषबाधेची लक्षणे युरिया सेवनाच्या प्रमाणावर अवलंबून असतात जर जनावरांनी अचानक आणि अति जास्त प्रमाणात युरियाचे सेवन केले असल्यास जनावर चार तासात मृत्यूमुखी पडू शकते जनावरांमध्ये

1. अशक्तपणा येतो
2. सुरुवातीला जनावर अस्वस्थ होते
3. मोठ्या प्रमाणात लाळ गाळू लागते
4. नाकात तोंडावर लाळेमुळे फेस दिसतो
5. दातावर दात घासते
6. पोटदुखी
7. हृदयाचे ठोके कमी होतात
8. मानेवरची रक्तवाहिनी मोठी होते
9. जनावराचे श्वास घेणे मध्ये मध्ये थांबते
10. शरीराची डावी म्हणजेच पोटाची बाजू पोट फुगते
11. श्वासोच्छ्वासाचा वेग वाढतो
12. कालांतराने नाडीचे ठोके व श्वसन वेग मंदावतो
13. जनावर घशातून आवाज करू लागते

14. थरथरते म्हणजे थंडी वाजल्यासारखे जनावर अवघडते थरथरत असते
15. पापण्यांची उघडझाप चालू असते
16. जनावर झटके देते आणि शेवटी धडपडून व ओरडून जनावर मृत होते
17. पशुवैद्याकडून जनावरांची मरणोत्तर तपासणी केल्यास अमोनियाचा पोटामध्ये उग्र वास जाणवतो सर्वत्र रक्तस्त्राव व छातीमध्ये पडद्याच्या आसपास पाणी जमा होते. यकृत मोठे झालेले आढळते.

निदान कसे करावे?

युरिया खाण्याचा पूर्व इतिहास, खाण्याचे प्रमाण, वैद्यकीय लक्षणे, पोटदुखी, मरणोत्तर अहवाल, प्रयोगशाळेतील तपासणी, खाद्य परीक्षण, पोटातील युरियाचे प्रमाण यावरून निदानकरता येते. युरियाच्या विषबाधेची लक्षणे ही आरसेनिक, शिसे व इतर कीटकनाशके जसे की नाईट्राईट इत्यादी विषबाधेशी मिळतीजुळती असल्याने जनावरांना युरिया दिल्याचा पूर्व इतिहास महत्त्वाचा मानवा.

उपचार आणि प्रतिबंध

युरियासाठी ठराविक असा उपचार नसल्याने पशुवैद्यकास पाचारण करून योग्य तो लक्षणानुसार उपचार करणे महत्त्वाचे ठरते. सर्वप्रथम खाद्यामधील युरिया देणे बंद करावे. पोटातील अमोनियाचे प्रमाण कमी करणे सर्वात महत्त्वाचे असते. त्यासाठी विनेगर किंवा 5% ॲसिटिक ॲसिड थंड पाण्यातून जनावरास द्यावे. पोटातील गॅस काढावा वरील सर्व उपचार तज्ञ पशुवैद्यकाकडूनच करून घ्यावेत जनावरांना अचानक युरिया देणे टाळावे.

# 26

# ज्वारीपासून किंवा ज्वारीच्या कोवळ्या ठोम्बांपासून होणारी विषबाधा

साईनाईड किंवा हायड्रोसायनिक आम्ल हा अत्यंत विषारी घटक असून यामुळे जनावरांमध्ये बऱ्याच वेळा विषबाधा झालेली आढळते. आणि परिणामतः जनावरे मृत पावतात तर हे साईनाईड येथे कुठून? याचा स्त्रोत काय आहे? किंवा सोर्स काय आहे? साईनाईड हा एक रासायनिक घटक आहे आणि तो बऱ्याच वनस्पतींमध्ये किंवा रासायनिक खते, उंदीर मारणाऱ्या विषामध्ये सामान्यतः वापरला जातो. परंतु जनावरांमध्ये अपघाताने अशा वनस्पती किंवा रासायनिक औषधे खाल्ली गेल्यास हायड्रोसायनिक ऍसिड या घटकामुळे विषबाधा होते. ज्वारीपासून किंवा ज्वारीच्या कोवळ्या ठोंबापासून विषबाधा मुख्यतः काही वनस्पती जसे की ज्वारी, चेरी, काळी चेरी, कमळ इत्यादी वनस्पतींमध्ये हायड्रोसाईनिक आम्ल मोठ्या प्रमाणात आढळते. यालाच प्रुसीक ऍसिड असेही म्हणतात. आणि ज्यावेळी अशा वनस्पती कापल्या जातात किंवा तोडल्या जातात किंवा जनावरांनी चावल्यामुळे त्याच्यातील हायड्रोसायनिक आम्ल ऍक्टिव्हेट होते आणि ते मुक्त होऊन बाहेर पडते. ज्वारीची कोवळी रोपे, पाने यामध्ये अधिक प्रमाणात हायड्रोसायनिक आम्ल असते. त्याचप्रमाणे जमिनीत अति नत्राचा वापर किंवा नत्रयुक्त खतांचा वापर जसे की ट्रू-4-डी सारख्या तणनाशकांचा वापर केला असल्यास अशा

जमिनीत उगवणाऱ्या ज्वारीच्या कोवळ्या रोपात हायड्रोसायनिक हे आम्ल खूप प्रमाणात आढळते. कमी पावसाच्या भागात वाढ न झालेल्या ज्वारीच्या रोपांमध्ये किंवा फुटलेल्या रोपांमध्ये सुद्धा जास्त प्रमाणात हायड्रोसायनिक आम्ल खूप प्रमाणात आढळते ज्वारीची कापणी झाल्यानंतर पुन्हा जी ज्वारीची रोपे उगवतात ती अतिशय कोवळी असल्याने जनावर आवडीने खातात आणि त्यामुळे विषबाधा होण्याची शक्यता असते. जास्त प्रमाणात हायड्रोसायनिक आम्ल असणाऱ्या वनस्पती खाल्ल्यानंतर 15 ते 20 मिनिटातच लक्षणे सुरू होतात.

1. सुरुवातीला जनावर खूप हालचाल करते अस्वस्थ होते.
2. श्वासोच्छ्वासाचा वेग वाढतो.
3. श्वासोच्छ्वासाचा वेग वाढतो
4. बऱ्याच वेळा मध्येच श्वास घेणे थांबते किंवा श्वसन थांबते.
5. हृदयाचे ठोके वाढतात
6. लाळ खूप प्रमाणात पडते
7. डोळ्यातून पाणी येते
8. शेण व मूत्र बाहेर टाकले जाते
9. अंग थरथरते
10. जनावर मागेपुढे करत असते
11. अस्वस्थता वाढलेली असते
12. जनावर खाली पडते
13. डोळ्याच्या आतील व तसेच तोंडाच्या आतील त्वचा चकचकीत लाल होऊन शेवटी निळसर पडते

या सर्व घटना अर्थात ते एक तासात घडून जातात जी जनावरे दोन तासांच्या पेक्षा जास्त तग धरतात अशी जनावरे योग्य उपचारांनी वाचू शकतात. जनावरांना जर याच्यामध्ये त्वरित उपचार मिळाले तर जनावर वाचू शकतात. जनावरांचे रक्त चकचकित लाल रंगाचे बनुन नंतर गडद लाल रंग येतो असे रक्त गोठण्याचा वेग कमी असतो किंवा बऱ्याच वेळा गोठतही नाही. श्वसन बंद झाल्यानंतर सुरुवातीला गुलाबी लाल असणारी आंतर त्वचा नंतर निळसर दिसू लागते. जनावरांचे डाव्या बाजूचे पोट म्हणजे ज्याला आपण रुमेन असे म्हणतो. हवा किंवा गॅस भरल्याने फुगते. पोटामधील चाऱ्याचा वास कडवट बदामासारखा वास येत असतो. श्वसनलिका, यकृत, फुफुसे यामध्ये रक्तस्त्राव आढळू शकतो.

फुफुसांमध्ये फेस असल्यासारखा दिसतो.

**आता ह्या ज्वारीच्या विषबाधेचे निदान कसे करावे?**

तर चारा व जनावरांची योग्य ती पूर्व माहिती, वैद्यकीय लक्षणे, मरणोत्तर अहवाल, तसेच रूमेन मधील चाऱ्याचा वास जो की कडवट बदामासारखा येतो यावरून निदान करता येते. त्याचप्रमाणे जनावराचे दगावण्यापूर्वींचे रक्त, शिल्लक चारा, यकृत, पोटातील चारा, हे प्रयोगशाळेत तपासणीसाठी पाठवून अचूक निदान करता येते. अशाच प्रकारची लक्षणे नाईट्राईट, युरिया, कीटकनाशके यांच्या विषबाधेमध्ये सुद्धा आढळतात. त्यामुळे दिलेल्या चारा व जनावरांचा पुर्व इतिहास ही सर्व माहिती शेतकऱ्याने पशुवैद्यकास द्यावी म्हणजे योग्य व अचूक आणि वेळेत उपचार करणे शक्यय होईल.

**उपचार तसेच प्रतिबंध:** साईनाईड सारख्या विषबाधेमध्ये जनावरास त्वरित उपचार मिळणे अत्यंत महत्त्वाचे असते. उपचारांमध्ये सोडियम नायट्राइट व सोडियम थायोसल्फेट हे घटक रक्तामधुन द्यावे लागतात. त्याचप्रमाणे इतर आवश्यक ते उपचार योग्य अशा पशुवैद्यकांकडून करून घेणे फायद्याचे ठरते. त्याचप्रमाणे शेतकऱ्यांनी साईनाइड किंवा हायड्रोसायनिक आम्ल असणारा चारा त्वरित जनावरांपासून दूर ठेवावा. व जनावर आणखी खाणार नाही याची दक्षता घ्यावी.

# 27

कुचल्याचे विष किवा स्ट्रिक्निन ची विषबाधा

भारतामध्ये आढळणाऱ्या कुचला म्हणजेच स्ट्राइकनस नक्स ओमीका या वनस्पतीपासून एक विषारी पदार्थ मिळतो त्याला स्ट्रिक्निन असे म्हणतात. बरीच वर्ष कीटकनाशक म्हणून याचा वापर मोठ्या प्रमाणात केला गेला. एकोनिसाव्याव्या शतकाच्या सुरुवातीला याचा वापर उंदीर तसेच पक्षी व कुत्रे मारण्यासाठी मोठ्या प्रमाणात करण्यात आला. परंतु सध्या हे बाजारात सहसा विकले जात नाही. त्याच्यावर बंदी घातली गेली आहे. परंतु अजूनही काही वेळा याचा बेकायदेशीर वापर होताना दिसतो आहे. कुचला या वनस्पतीमुळे होणारी विषबाधा ही सर्वच प्राण्यांमध्ये आढळते. परंतु मोठ्या प्रमाणात पक्षी व लहान जनावरे बाधित यांच्या शरीरात शोषले गेल्यानंतर स्ट्रिक्निन हे विष चेतासंस्थेपर्यंत पोहोचून चेतासंस्थेवर परिणाम करते. आणि शरीरात उत्तेजन कमी करणाऱ्या रसायनांना निष्क्रिय करते. त्यामुळे जनावर खूपच उत्तेजित होते. हे उत्तेजन जनावरांच्या नियंत्रणाच्या बाहेर असते. त्यामुळे पायांचे स्नायू ताठरतात आणि इतर अनेक लक्षणे जनावरे दाखवतात.

आढळणारी लक्षणे:

कुचल्याचे सेवन केल्यानंतर दीड ते दोन तासातच लक्षणे आढळतात. याच्यामध्ये

1. जनावर खूप अस्वस्थ होते
2. रागीट बनते
3. मान आणि पायाच्या स्नायूंमध्ये ताठरता येते
4. स्नायूंची थरथर वाढते
5. जनावर झटके देऊ लागते

6. थोड्याशाही उत्तेजनने जनावर खूप अस्वस्थ होऊन जाते अशा परिस्थितीत जनावरांच्या शरीरास स्पर्श केल्यास जनावर अतिशय उत्तेजित व अस्वस्थ होते त्याचप्रमाणे प्रखर प्रकाशाला सुद्धा जनावरे अशाच प्रकारे विचित्र प्रतिसाद देताना दिसतात

7. स्नायू आखडल्यामुळे जनावरास व्यवस्थित श्वास घेता येत नाही आणि अशातच गुदमरल्यामुळे जनावरांचा मृत्यू होतो.

**उपचार आणि प्रतिबंध:** स्ट्रिक्निन च्या विषबाधेमध्ये नेमके असे उपचार नाहीत त्यामुळे लक्षणानुसार उपचार करणे योग्य असते. जनावर शांत ठिकाणी बांधावे ते व ते डिस्टर्ब होणार नाही याची काळजी घ्यावी. त्याचप्रमाणे संशयीत चारापाणी जनावरांपासून दूर ठेवावे.

# 28

# एरंड या वनस्पतीमुळे होणारी विषबाधा

एरंड ही वनस्पती बांधाच्या कडेला घराच्या मागे तसेच पडीक जमिनीत सुद्धा वाढलेली आपणास पाहावयास मिळते. एरंड किंवा त्याच्या बिया यांची चव अतिशय कडवट असल्यामुळे सहसा जनावरे अशा वनस्पतींना तोंड लावत नाहीत. कारण अशा वनस्पतींचा वासही उग्र असतो त्यामुळे जनावर अशा वनस्पती शक्यतो टाळतात. परंतु ज्यावेळी चाऱ्याचे दुर्भिक्ष असते. जनावरांना चारा मिळत नाही. अशा वेळी जनावरे या वनस्पती खाऊ शकतात. आणि मग विषबाधा होऊ शकते. एरंड या वनस्पतीमध्ये रायसिन नावाचा विषारी घटक असतो. आणि हा विषारी घटक पोट आणि आतडयाच्या आतील त्वचेवर दाह निर्माण करतो आणि त्यामुळे पचन बिघडते. तसेच आतडयामधून होणाऱ्या महत्त्वाच्या पोषणद्रव्याचे शरीरात पोषण होत नाही. जनावरांमध्ये हगवण लागते. तसेच या वनस्पतीमध्ये असणाऱ्या लेक्टीन या घटकामुळे यकृत आणि मूत्रपिंडाचा दाह होऊन हे हिपॅटिटिस आणि नेफरायटीस सारखे दोष निर्माण होतात.

**लक्षणे:** एरंडाच्या बियांचे सेवन केल्यानंतर काही वेळाने लक्षणे दिसू लागतात.

1. पोट आणि आतडयाचा दाह
2. अपचन
3. उलटया पोटदुखीची लक्षणे
4. पोटाची हालचाल थांबणे
5. भूक न लागणे अशक्तपणा

6.  स्नायूंची थरथं थरथर आणि
7.  अत्याधिक तहान ही लक्षणे आहेत
8.  सततच्या हगवणीमुळे शरीरातील पाणी आणि इलेक्ट्रॉलाइट चे प्रमाण कमी होते.
9.  पोटामध्ये आणि आतड्यात जखमा तयार होतात
10. जनावरांना श्वास घ्यायला त्रास होतो
11. शरीराचे तापमान वाढते
12. रक्तक्षय होतो
13. पक्षाघात होतो कधी कधी जनावरांचा मृत्यू पण होऊ शकतो

**उपचार आणि प्रतिबंध:** नेमके असे उपचार उपलब्ध नाहीत परंतु लक्षणानुसार पशुवैद्यकांकडून उपचार करणे शक्य होते.

# 29

# घाणेरी या वनस्पतीमुळे होणारी विषबाधा

घाणेरी ही वनस्पती बहुतेक देशात शोभेची वनस्पती म्हणून दिसते. आपल्याकडे ही वनस्पती पोर्तुगीज लोकांनी भारतात आणली. भारतात ही बऱ्याच ठिकाणी घाणेरी वनस्पतीची झुडपे इमारतीच्या आजूबाजूस बांधावर व इतरत्र दिसतात. या वनस्पतीला रंगीबेरंगी फुले येत असल्याने सुंदर दिसते. आपल्याकडे मात्र ही वनस्पती तळम म्हणून संबोधली जातेघाणेरी या वनस्पतीमुळे होणारी विषबाधा घाणेरी ही वनस्पती बहुतेक देशात शोभेची वनस्पती म्हणून दिसते आपल्याकडे ही वनस्पती पोर्तुगीज लोकांनी भारतात आणली भारतात ही बऱ्याच ठिकाणी घाणेरी वनस्पतीची झुडपे इमारतीच्या आजूबाजूस बांधावर व इतरत्र दिसतात या वनस्पतीला रंगीबेरंगी फुले येत असल्याने सुंदर दिसते आपल्याकडे मात्र ही वनस्पती टण्टणी म्हणून संबोधली जाते. जनावरे सुद्धा शक्यतो या वनस्पतीच्या उग्र वासामुळे चारा म्हणून अशी वनस्पती खाताना दिसत नाहीत. घाणेरीची झुडपे ही लहान आकाराची असून जमिनीपासून दोन ते अडीच मीटर पर्यंत वाढतात. या झाडाला लाल, पिवळी, गुलाबी किंवा केशरी अशी विविध रंगाची फुले लागतात. बऱ्याच वेळा लहान वासरे किंवा मेंढ्या घाणेरी वनस्पती खातात. दुष्काळामध्ये किंवा चाऱ्याची उपलब्धता नसल्यास जनावरे घाणेरी सारख्या विषारी वनस्पती खाऊ शकतात. घाणेरीची विषबाधा गाई, म्हशी, शेळ्या, मेंढ्या, कुत्रा, मांजर या सर्वांमध्ये होऊ शकते. घाणेरी वनस्पतीमध्ये 'लँट्याडीन ए' व 'बी' नावाचे विषारी तत्व असते. जनावराच्या वजनाच्या 1% पेक्षा जास्त घाणेरीचे सेवन केल्यास विषबाधा आढळते. जनावराने अशा वनस्पतीचे सेवन केल्या नंतर फायलो

इरिश्रीन नावाचा घटक क्लोरोफिल पासून जनावरांच्या शरीरात तयार होतो. हा फायलो इरिश्रीन रक्तातून त्वचेखाली जाऊन बसतो. आणि जनावर ज्यावेळी प्रखर उन्हामध्ये जाते त्यावेळी उन्हामध्ये फायलो इरिश्रीन कार्यक्षम होते आणि त्वचेवर परिणाम करते.

**विषबाधेची लक्षणे:** लक्षणे दिसायला 24 तास किंवा एक दिवसाचा कालावधी लागू शकतो

1. जनावर प्रखर सूर्यप्रकाशात अस्वस्थ होते.
2. जनावराचे यकृत निकामी होते
3. जनावर सावलीत उभारायचा प्रयत्न करते
4. जनावरांचे कान सुजतात
5. डोळ्यांच्या वरचा भाग व पापण्या सुजतात
6. त्वचेचा जो भाग कमी काळा आहे अशा ठिकाणी खाज व दाह सुरू होतो
7. नाकपुड्यांचा भाग लालसर होऊन तिथली त्वचा निघून जाते
8. डोळे लाल होतात तसे डोळ्यातून पाणी येऊ लागते
9. जनावर खाणे पिणे बंद करते
10. शांत व मलुलपणे एका ठिकाणी उभे राहते
11. सतत लघवी करते
12. जनावरांमध्ये बद्धकोष्ठता आढळते किंवा हगवण लागते ज्याचा रंग काळसर असू शकतो तसेच त्याची दुर्गंधी पण येते
13. जनावरांच्या शरीरातील पाणी पातळी कमी होते
14. गंभीर विषबाधेमध्ये दोन ते चार दिवसात जनावर दगावते

**उपचार आणि प्रतिबंध:** विषबाधेची शंका येत असल्यास त्वरित पशुवैद्यकास बोलवावे जनावरास सावलीमध्ये बांधावे. संशयित चारा दूर करावा. नेमके उपचार उपलब्ध नसले तरी लक्षणांवरून उपचार केल्यास जनावरे वाचू शकतात

# 30

# कनेरी या वनस्पतीमुळे होणारी विषबाधा

कनेर ही फुले असणारी वनस्पती बहुदा शोभेचे झाड म्हणून आपण घराच्या बागेत अथवा परसामध्ये लावलेली पाहातो. त्याला पांढरी अथवा लाल गुलाबी फुले येतात. सदा हिरवीगार असणारी फुलझाडे 15 ते 20 फुटापर्यंत वाढतात. सहसा जनावरांकडून ही वनस्पती चारा म्हणून खाल्ली जात नाहीत. परंतु चाऱ्याची कमतरता असल्यास जनावरे ह्या वनस्पतीचा चारा म्हणून वापर करू शकतात. कन्हेर वनस्पतीमध्ये ओलीएंद्रोसाईड सारखी विषतत्त्वे असतात. ही विषतत्त्वे हृदयावर घातक परिणाम घडवून आणतात.

**लक्षणे:**

कनेरी झाडाच्या सेवनाने मुख्यता हृदय आणि पोट यावर घातक परिणाम झालेला दिसून येतो.कधी कधी जनावर कोणतेही लक्षणे न दाखवता बळी पडते कारण याचा हृदयावर होणारा डायरेक्ट परिणाम त्यामुळे कनेरी वनस्पतीची पाने अथवा फांद्या पुरेशा प्रमाणात खाल्ल्यानंतर काही तासातच जनावरे लक्षणे दाखवू लागतात जसे की

1. हृदयाचे ठोके वाढतात
2. भूक थांबते
3. अशक्तपणा
4. पोटदुखी
5. शेवटी शेणा मध्ये रक्त दिसू लागते.

6.  डोळ्याच्या बाहुल्या मोठ्या होतात
7.  शेवटी हृदयाचे ठोके कमी होत जातात
8.  शरीराचे तापमान कमी होत जाते
9.  जनावर बेशुद्ध होऊन मृत्युमुखी पडते

**उपचार आणि प्रतिबंध:** नेमके उपचार उपलब्ध नाहीत परंतु पशुवैद्यक लक्षणानुसार उपचार पद्धती ठरवू शकतात. संशयी चारा जनावरापासून दूर करणे महत्त्वाचे आहे. तसेच कनेर सारखी झाडे गोठ्याच्या आसपास असू नयेत याची शेतकऱ्यांनी काळजी घ्यावी

# 31

# उसाच्या वाड्यामुळे शरीरावर होणारे दुष्परिणाम

पश्चिम महाराष्ट्र तसेच इतर भागात घेतल्या जाणाऱ्या ऊस या नगदी पिकांमुळे मोठ्या प्रमाणात साखर कारखाने आणि त्यामुळे झालेल्या विकास हा जसा महत्वपूर्ण आहे तसाच सतत घेतले जाणारे उसाचे पीक आणि उसाच्या वाड्याचा वैराणीसाठी केला जाणारा वापर यामुळे दुखत्या जनावरांच्या शरीरावर काही प्रमाणात दुष्परिणाम होताना आढळतात शेतामध्ये सतत घेतले जाणारे उसाचे पीक त्यामुळे इतर पारंपारिक चारा पिके कमी प्रमाणात दिसतात आणि त्यामुळे जनावरांना हिरवा चारा म्हणून सतत उसाचे वाढे दिले जाते परंतु उसाच्या वाड्यामध्ये ऑक्सालेट आणि नायट्रेट या दोन घटकांचे प्रमाण जास्त आहे त्यामुळे हे ऑक्सालेट आणि नायट्रेट हे दोन घटक शरीरामध्ये पोषण विरोधी घटक म्हणून काम करताना दिसतात सततच्या उसाच्या वाड्याच्या चाऱ्यामुळे पोटात जाणारे ऑक्सालेटचे प्रमाण खूप असते आणि त्यामुळे ते रक्तात शोषले जाऊन रक्तातील कॅल्शियम तसेच मॅग्नेशियम या आवश्यक घटकांसोबत संयोग पावतात आणि अशाप्रकारे तयार झालेले कॅल्शियम ऑक्साइलेट शरीरामध्ये वापरले जात नाही आणि लघवीवाटे बाहेर टाकले जाते त्यामुळे जनावरांच्या शरीरातील कॅल्शियम चे प्रमाण कमी होत जाते आणि जर जनावरे दूध देणारे असतील किंवा गाभण असतील तर जनावरांमध्ये शरीरामध्ये कॅल्शियमची

भयंकर कमतरता निर्माण होताना आपणास दिसते आणि जनावर कॅल्शियम कमतर त्याची लक्षणे दाखवू शकते दुसरी महत्वाची गोष्ट म्हणजे लघवी वाटते म्हणजेच किडनी द्वारे बाहेर टाकले जाणारे कॅल्शियम ऑक्साइलेट किडनीच्या वाहिन्यांमध्ये जमा व्हायला सुरुवात होते व किडनीवर अतिरिक्तता निर्माण होऊन किडनीची कार्यक्षमता कमी होते आणि शेवटी किडनी निकामी होते त्यामुळे जनावरांच्या शरीरातील विषारी पदार्थांची योग्य प्रकारे विल्हेवाट लावली जाऊ शकत नाही जनावरांच्या शरीरात दिसणारी प्रमुख **लक्षणे**:

1. जनावरांच्या शरीरामधील कॅल्शियम या घटकांची कमतरता निर्माण झाल्याने जनावर अशक्त होऊ लागतात.
2. जनावरांच्या उत्पादनावर तसेच एकूण कार्यक्षमतेवर विपरीत परिणाम होऊ लागतो दुधाची गुणवत्ता कमी होते दुधाचे उत्पादन कमी होते.
3. व्यालेल्या जनावरांमध्ये विण्याची प्रक्रिया कठीण होते. कधी कधी गर्भाशय बाहेर येते.
4. जनावरांमध्ये मासिक पाळी अथवा अथवा माज व्यवस्थित येत नाही.
5. अति दूध उत्पादन देणाऱ्या जनावरांमध्ये दुग्धज्वर अर्थात मिल्क फीवर हा आजार पाहावयास मिळतो.
6. जनावरांमध्ये गर्भपात होतात.
7. विल्यानंतर जनावरांची वार किंवा जार किंवा ज्याला आपण प्लासेंटा म्हणतो, ठराविक वेळेत बाहेर पडत नाही.

**उपचार आणि प्रतिबंधात आहे कसे टाळता येईल:**

जनावरांच्या आहारातील उसाच्या वाड्याचा काही भाग इतर चाऱ्याने बदलावा म्हणजेच वाड्याच्या ऐवजी इतर चारा जर आपण तिला तर ऑक्सालेटचे प्रमाण कमी होऊन कॅल्शियमची कमतरता होणार नाही सतत उसाचे वाढे देऊ नये. खनिज मिश्रणाचा योग्य पुरवठा जनावरांना वेळोवेळी करावा.

# 32

# विषारी प्राण्यांमुळे होणारी विषबाधा

निसर्गामध्ये बरेचसे विषारी प्राणी आहेत. जसे की, सरपटणारे विषारी प्राणी, साप, पाली, सरडे, विषारी किटक, जसे की मधमाशी, मुंग्या, कोळी, कोष्टी, विंचू, गोचीड, वास्प, विषारी बेडूक, विषारी मासे हे सर्व खालच्या गटातील विषारी प्राणी आहेत. आणि कधी कधी ते स्वसंरक्षणासाठी इतर मोठ्या प्राण्यांना इजा पोहोचवु शकतात.

**सरपटणारे विषारी प्राणी:** साप, पाली, सरडे इत्यादि जनावरांमध्ये विषबाधा निर्माण करतात. जनावरांमधील सर्पदंश: सर्वच विषारी प्राण्यांमध्ये सापाकडे अत्यंत विषारी प्राणी म्हणून पाहिले जाते. पृथ्वीवर साडेतीन हजार पेक्षा जास्त सापांच्या प्रजाती असून त्यातील ठराविकच विषारी साप आहेत. बऱ्याच वेळा सापांच्या विषापेक्षा चावण्याच्या भीतीमुळेच मनुष्यांमध्ये प्राणहानी झाल्याचे आढळते. सापांचे अस्तित्व वर्षभर आपणास पाहावयास मिळते. परंतु पावसाळ्याच्या दिवसात जनावरांच्या गोठ्याच्या आसपास मोठ्या प्रमाणावर गवतांची किंवा झाडाझुडपांची वाढ झालेली असते. आणि मग जनावरांच्या गोठ्यात सुद्धा साप आढळतात. किंवा बऱ्याच वेळा जी जनावरे चरायला सोडली जातात. अशा जनावरांना चारा क्षेत्रात सर्पदंश झालेले आढळतात. आणि असे साप जर विषारी असतील तर विषबाधा होऊन जनावरे मृत्युमुखी पडतात. साधारणपणे फक्त 60 च्या आसपास विषारी सापांच्या जाती भारतामध्ये आढळून येतात. याच्यामध्ये प्रामुख्याने भारतामध्ये आढळणारे विषारी साप म्हणजे नाग, फुरसे, मन्यार, घोणस इत्यादि. आपल्या सोयीसाठी आपण सापाचे दोनच प्रकार

विचारात घेऊ. एक विषारी साप आणि बिनविषारी साप.

विषारी सापांची त्वचा व रंग एकदम चमकदार असतो. डोके लांब त्रिकोणी असते पुढच्या बाजूस ते निमुळते असते व पाठीमागे मोठे होत जाणारे असते. बहुतेक विषारी साफ फणा काढतात. शेपटी गोल किंवा निमुळती होत जाणारे असू शकते. पाठीवरची कल्ले मोठे असतात. पोटावरचे कल्ले मोठे असतात शेपटी दबलेली सपाट आणि चपटी असते. डोक्यावरचे कल्ले छोटे किंवा मोठे असू शकतात. विषारी साप चावल्याच्या दोन खुणा स्पष्टपणे दिसतात. इतर दात शक्यतो दिसत नाहीत.

याच्याउलट, बिनविषारी सापांचा रंग फारसा चमकदार नसतो, डोक्याचा आकार निमूळता आणि लांबसर असतो. फणा काढला जात नाही. शेपटी लांब असते, डोक्यावरचे कल्ले मोठे असतात, पाठीवरचे कल्ले लांब असतात. पोटावरचे कल्ले मोठे असतात.

सापांच्या विषामध्ये प्रामुख्याने वेगवेगळ्या प्रकारची रासायनिक द्रव्य जसे की प्रथिने आणि अप्रथिने पदार्थ असतात. आणि हे सर्व रासायनिक घटक शरीरातील उपयुक्त गोष्टींना इजा पोहोचवण्याचे काम करत असतात. जसे की,

1. चावा घेतलेल्या ठिकाणच्या पेशींचा नाश करणे.

2. चेतासंस्थेस इजा पोचवणे.

3. रक्तामध्ये बिघड निर्माण करणे म्हणजेच काही विषामुळे रक्तातील किंवा शरीरातील रक्त खूप मोठ्या प्रमाणावर गोठते किंवा काही घटकांमुळे रक्त गोठत नाही त्यामुळे इजा झालेल्या भागातून मोठ्या प्रमाणावर रक्तस्त्राव होऊ शकतो.

4. सर्पदंशामुळे विषबाधा किंवा मृत्यू हे अशा भागात खूप मोठ्या प्रमाणात होतात जिथे सापांचे अस्तित्व खूप मोठ्या प्रमाणावर आहे सर्पदंशाची तीव्रता ही सापाचा प्रकार त्याचे वयकार आकार दंशाची जागा तसेच सर्पदंशाची तीव्रता या सर्व गोष्टींवर अवलंबून असते.

5. कुत्रा आणि मांजरांमध्ये इतर प्राण्यांच्या मनाने सर्पदंशाचे प्रमाण खूप आहे याचे कारण म्हणजे कुत्रा आणि मांजराची सापावर किंवा सरपटणाऱ्या वस्तूंवर हल्ला करण्याची सवय. सर्वच प्राण्यांमध्ये घोड्याला लगेच विष चढते तर डुकरामध्ये विषाचा परिणाम त्याच्या जाड कातडीमुळे कमी जाणवतो. बऱ्याचदा चरणाऱ्या जनावरांमध्ये सर्पदंश हा पायाला किंवा तोंड अथवा डोके या भागावर होत असतो.

6. मेंदूच्या जेवढ्याजवळ सरपंच होईल तेवढे विषबाधा होण्याची तीव्रता जास्त असते.

विषारी सापांमध्ये प्रामुख्याने नाग अर्थात कोब्रा, घोणस म्हणजेच वायपर, फुरसे इत्यादी साप आढळतात सापांच्या जातीनुसार अथवा प्रकरणानुसार वेगवेगळ्या प्रकारचे विषारी घटक विषामध्ये आढळतात. म्हणजेच काही सापांचे विष मेंदू व चेतासंस्थेवर परिणाम करते तर काही सापांचे विष रक्तामध्ये विषबाधा निर्माण करते. काही मूत्रपिंडावर, काही फक्त स्नायूंमध्ये तर काही सापांचे विष चावलेल्या ठिकाणच्या स्नायूंना नुकसान पोहोचवत असतात.

**मेंदू व चेतासंस्थेवर परिणाम करणारे विष:** मेंदू व चेतासंस्था शरीरामधील महत्त्वाच्या अवयवांचे कार्य सांभाळत असतात. त्यामुळे मेंदू व चेतासंस्थेच्या विषबाधेमुळे होणाऱ्या बिघाडाने जनावरांचे हृदय तसेच श्वसन बंद पडल्यामुळे जनावरांचा मृत्यू होतो.

**रक्ताभिसरण संस्थेवर परिणाम करणारे विष:** काही सापांच्या विषामध्ये रक्त आणि रक्ताभिसरण संस्थेवर परिणाम करणारे विषारी घटक असतात. ज्यामुळे

1. रक्तातील पेशींचा नाश होणे,
2. रक्त गोठण्याच्या प्रक्रिये दोष निर्माण होणे.
3. हृदयावर अनिष्ट परिणाम होणे या सर्व गोष्टी घडू शकतात त्याचप्रमाणे

अशा प्रकारच्या विषामुळे झालेला सर्पदंश अतिशय वेदनादायक असतो. रक्त गोठणेच्या प्रक्रियेतील दोषामुळे काही वेळा शरीरावर झालेल्या जखमेतून रक्त न कुठल्या मुळे मोठ्या प्रमाणात रक्तस्राव होत राहतो. किंवा कधीकधी काही विषारी घटकांमुळे रक्त लवकर गोठते. आणि साधारण रक्ताभिसरण प्रक्रियेमध्ये बाधा निर्माण होते. हृदयाच्या कार्यात बऱ्याच वेळा दोष निर्माण होतो आणि हृदय बंद पडून मृत्यू ओढवतो. कधीकधी काही ठराविक रक्तपेशी जसे की पांढऱ्या रक्त पेशींचा नाश होतो. घोणस सारख्या विषारी सापांच्या दंशामुळे दंश झालेल्या ठिकाणी जबरदस्त वेदना सुरू होतात. दंश झालेला भाग व आसपासची जागा सुजते आणि त्याच्यामध्ये त्वचेखाली द्रव जमा होऊ लागतो. अशा जागी पाणी व द्रवयुक्त फोड यायला सुरुवात होते.

**सर्पदंशाची लक्षणे:**

नाग जातीच्या सापाच्या दंशामुळे चेतासंस्थेच्या बिघडाची लक्षणे दिसून येतात. स्नायू अशक्त होऊन जातात. जनावरांच्या तोंडात घट्ट अशी लाळ मोठ्या प्रमाणात तयार होते. त्यामुळे चारा गिळणे कठीण होते. श्वासनलिकेच्या आसपासचा भाग लुळा पडल्यामुळे लाळेचा अथवा अन्नाचा काही भाग फुफ्फुसांमध्ये जाऊन निमोनिया होण्याची शक्यता असते. याच्यामध्ये जनावर शेवटपर्यंत जागृत असते. लहान वासरांमध्ये चेतासंस्थेवर परिणाम होतो. डोळ्यांच्या बाहुल्या मोठ्या होतात. सहा ते आठ तासात जनावर मृत्यूमुखी पडू शकते.

घोणस जातीच्या सापाच्या दंशामध्ये ज्या ठिकाणी सर्पदंश होतो त्या ठिकाणी मोठ्या प्रमाणात वेदना सुरू होतात. आणि सर्पदंशाच्या आसपासच्या स्नायूंचा क्षय सुरू होतो. अतिवेदनेमुळे जनावर अस्वस्थ होते. व्यवस्थित चालता येत नाही. जनावर लंगडू लागते. जखमेमधून रक्त मिश्रित पाणी वाहू लागते. त्वचा थंड पडून स्पर्श संवेदना कमी होतात. आपण शरीरावर टोचून पाहिल्यास जनावरास त्याची जाणीव होत नाहीतात. याच्यानंतर जनावर बेशुद्ध होऊन पडते.

कुत्र्या मांजरांमध्ये जर घोणस जातीच्या सापाने चावा घेतला तर अशा प्राण्यांमध्ये उलट्या सुरू होतात हृदयाचे ठोके वाढतात. पातळ हगवण सुरू होते. शरीर झटके देऊ लागते. तोंडामधून लाळ गळते आणि शेवटी प्राणी बेशुद्ध होतो. याच्यातून जनावर वाचलेच तर दंशाच्या जागेची त्वचा आणि स्नायू खराब होऊन जातात.

सर्पदंशाचे निदान करताना साप चावल्याच्या खुणांचा शोध घेतल्यास लवकर निदान करणे शक्य होते.

उपचार आणि प्रतिबंध: शक्य असल्यास सर्पदंशामध्ये सापाची ओळख करणे म्हणजेच साप विषारी की बिनविषारी हे ओळखल्यास पुढील उपचार करणे सोपे जाते. सर्पदंशाची शंका येताच पशुवैद्यकास त्वरित बोलवावे जर सर्पदंश हा पायावर किंवा शेपटीवर असेल तर काही प्रथमोपचार करणे शक्य असल्यास सुरू करावेत जसे की जनावरांची हालचाल होणार नाही याची काळजी घ्यावी म्हणजे हालचालींमुळे जनावरांच्या शरीरात विष पसरणार नाही. पायाच्या ज्या भागावर सर्पदंश झाला आहे तिथून वरच्या बाजूला थोड्या अंतरावर कापडी पट्टीने अथवा दोरीने गोलाकार बांधावे. म्हणजे विषमिश्रीत रक्त शरीरात पसरणार नाही आणि थोड्या थोड्या वेळाने सोडून परत बांधावे दंशाच्या ठिकाणी स्वच्छ ब्लेडने थोडेसे काप घ्यावेत म्हणजे विषमिश्रीत रक्त वाहून जाईल. तोंडाने असे रक्त ओढू नये. पशुवैद्यकास सापाबद्दल माहिती दिल्यास प्रतिविष उपलब्ध करून घेऊन

उपचार करणे सोपे जाते. .दंश झालेल्या जागेस पोटॅशियम परमॅग्नेट तसेच अल्कोहोल यांचा वापर धुण्यासाठी करू नये.

**विषारी कीटक:** मधमाशी आणि गांधील माशी बऱ्याच वेळा हे विषारी कीटक जनावरांना त्रास देताना आपणाला दिसतात आणि त्याच्यामध्ये मधमाशी गांधील माशी किंवा मोठ्या प्रकारच्या माशा सुद्धा याच्यामध्ये येतात. मधमाशी आणि गांधी माशी हे कीटकवर्गीय जीवव असून नेहमी समूहात राहताना आपणास आढळतात. त्यामुळे बऱ्याच वेळा शत्रूपासून बचावासाठी मधमाशा एकत्र हल्ला करतात. एखाद्या माशी ने चावा घेतला तर फारसं आपल्याला त्रास होत नाही. परंतु खूप साऱ्या माशांनी एकाच वेळी जर जावा घेतला तर त्याच्यामुळे विषबाधा होऊन अनेक लक्षणे दिसण्याची शक्यता असते या कीटकांच्या विषयांमध्ये अनेक दाह किंवा खाज किंवा वेदना निर्माण करणारे घटक असतात जसे की फॉर्मिक ॲसिड काही नाही सिरोटोनिन इत्यादि. एखाद्या मधमाशी अथवा गांधील माशीने चावा घेतल्यास चावा किंवा दंश केलेल्या ठिकाणी वेदना व दाह निर्माण होतो. पण खूप मधमाशा किंवा गांधील माशांनी एकाच वेळी अनेकदा अंश केले असतील तर मात्र शरीरात विष शोषले जाऊन त्याचे दुष्परिणाम

**दिसणारी लक्षणे:** दंश झाल्यानंतर तीस मिनिटात लक्षणे सुरु होऊन ती काही तासापर्यंत टिकून राहतात. चावलेला भाग सुजतो, गरम होतो व अतिशय वेदनादायी असतो. सूज आलेला भाग गुलाबी लाल होऊन जातो आणि अशा ठिकाणी खाज सुटते. काही तासानंतर वेदना कमी होत जातात. काही वेळा शरीरात विष शोषले गेल्यानंतर शरीरावर तसेच त्वचेवर काही लक्षणे दिसतात जसे की छातीचे स्नायु आखडणे, हृदयाचे ठोके वाढणे, कधी कधी बेशुद्ध होणे, श्वास घेताना झटके देणे, त्वचा थंड पडणे, कधी कधी लघवीतून रक्त येणे. लघवी व शेण टाकण्यावरचा कंट्रोल सुटणे, श्वास घ्यायला त्रास होणे, स्वरयंत्राच्या आसपास सूज येणे.

**उपचार आणि प्रतिबंध:** गोठ्यामध्ये नियमितपणे स्वच्छता राखणे गरजेचे असून छताच्या बाजूला मधमाशा किंवा गांधील माशा यांनी घरे करू नये याची काळजी घ्यावी. मधमाशी किंवा गांधील माशा यांची घरे गोठ्यामध्ये आढळल्यास योग्य ती काळजी घेऊन ती नष्ट करावीत. मधमाशा किंवा गांधील माशा चावल्याचे निदर्शनास आल्यास प्रथम जर दंशामुळे काही काटे राहिले असल्यास ते काढण्याचा प्रयत्न करावा. दंशाच्या ठिकाणी बर्फ लावल्यास सूज व वेदना कमी होण्यास मदत होते. पशुवैद्यकांकडून दाह व खाज या विरोधी औषधे जनावरास टोचून घ्यावीत.

मुंग्यामुळे होणारा त्रासः मुंगी हा पंख नसलेला कीटकवर्गीय छोटासा जीव आहे. आणि सतत समूहात राहून नेहमी कष्ट करत राहणारा सजीव आहे. मुंगी स्वतःहून कोणाला कधी त्रास देताना दिसत नाही. मात्र इतर सजीवांनी त्यांच्या कार्यात अडथळा आणल्यास मात्र या मुंग्या समूहाने पेटून उठतात आणि मग हल्ला करतात. निसर्गाने प्रत्येक जीवाला स्वसंरक्षणासाठी काही अद्भुत गोष्टी बहाल केलेल्या असतात. त्याचप्रमाणे मुंगी चावल्यानंतर ती शरीरामध्ये फार्मिक ऍसिड नावाचे रसायन् सोडत असते. त्यामुळे शरीरावर गांधी उठणे. फोड येणे. किंवा कधी कधी प्रचंड खाज सुटून जखमा होणे व सुजणे असे प्रकार घडतात

**लक्षणेः**

1.   मुंगी चावल्यानंतर ज्या ठिकाणी चावली आहे त्या ठिकाणचा भाग लालसर गरम होऊन सुजतो.
2.   अशा ठिकाणी वेदना सुरू होऊन खाज सुटते. कधी कधी खूप खाजवल्यामुळे जखमा होणे व जखमेतून पाणी येणे या गोष्टी घडू शकतात.
3.   काही वेळा दंश केलेल्या जागेवरच्या पेशी नष्ट होतात.
4.   खूप मोठ्या प्रमाणावर मुंग्यांनी चावा घेतल्यास जनावर अस्वस्थ होते.
5.   उत्पादनात फरक पडतो

उपचार आणि प्रतिबंधः स्वच्छ पाणी व साबणाने दंश केलेली जागा धुवून घ्यावी बर्फाने त्या जागेस थंड केल्यास त्रास कमी होतो. प्रतिबंधक उपायांमध्ये जनावरांच्या गोठ्यात मुंग्या असतील तर त्यांचा नायनाट करावा.

विषारी कोळी किंवा ब्लॅक विडो स्पायडरः जगभरात स्पायडर किंवा कोळी हे संधिपाद प्रकारचे कीटक असून विषारी काळा कोळी किंवा ब्लॅक विडो स्पायडर हा प्राणी तसेच माणसांना चावणारा कीटक आहे. आणि त्यामुळे विषबाधा निर्माण होते. याच्या विषामध्ये लेटरोटोक्सिन नावाचा घटक असून तो अत्यंत विषारी समजला जातो. हा कोळी चावल्यानंतर चावलेल्या ठिकाणी सूज येते व तो भाग सुंब होतो म्हणजेच तिथली स्पर्श जाणीव निघुन जाते आणि नंतर वेदना सर्व शरीरभर पसरतात. वेदना असह्य होतात. आणि त्याचबरोबर इतर लक्षणे सुद्धा दिसू लागतात. जसे की

1.   जनावर लाळ गाळू लागते.
2.   घाबरलेले असते.

3. स्नायूंची थरथर सुरू होते.
4. श्वास अनियमित होतो.
5. पक्षाघात तसेच लहान कुत्रे व मांजरांमध्ये उलट्या होणे या गोष्टी होतात.

**उपचार आणि प्रतिबंध:** या कीटकांच्या चावण्यामुळे जी इजा झालेली असते किंवा विषबाधा झालेली असते अशा विषबाधेसाठी विशिष्ट किंवा नेमके उपचार उपलब्ध असून वेळेत उपचार सुरू केल्यास जनावरास त्रास कमी होतो. प्रतिबंधात्मक उपायांमध्ये गोठ्यांमध्ये स्वच्छता ठेवणे महत्वाचे असून कोळी किंवा त्यांची जाळी नियमितपणे हटवणे गरजेचे आहे.

**जनावरांमधील विंचूदंश:** विंचू हा आठ पाय असणारा संधिपाद जीव असून त्याच्या शरीराचे बाह्य आवरण कठीण असते. त्याच्या शेपटीच्या टोकाला एक टेल्सन नावाचा अवयव असतो. ज्याच्यामध्ये विष साठवले जाते. आणि ज्यावेळी दंश करायचा असतो त्यावेळी ते विष शत्रुच्या शरिरात सोडले जाते. विंचू हे शक्यतो निशाचर असून रात्री बाहेर पडतात आणि दिवसाचे वेळी ते आराम करतात. दिवसा विंचू हे दगडाखाली अडचणीमध्ये कधी कधी घरात असणाऱ्या कपड्यांमध्ये बुटांमध्ये लपलेले आपणास आढळतात. सापाच्या विषाप्रमाणेच विंचवाचे विष सुद्धा अनेक घटकांनी बनलेले असते. ज्याच्यामध्ये चेतासंस्था, हृदय, मुत्रपिंड किंवा किडनी तसेच रक्तामध्ये दोष निर्माण होतात. तसेच इतर अनेक रासायनिक विषारी पदार्थ उपस्थित असतात. विंचवाच्या दंशाची तीव्रता ही प्रत्येक विंचवाची वेगवेगळी असते. विंचूच्या प्रजातीनुसार ती वेगवेगळी असू शकते. विंचू दंश हा कुत्रा आणि मांजर या दोन प्राण्यांमध्ये मोठ्या प्रमाणात आढळतो कारण कुत्रा आणि मांजर हे हलणाऱ्या वस्तूंवर हल्ला करतात आणि त्यांच्याशी खेळतात त्यामुळे स्वसंरक्षणासाठी विंचू दंश करू शकतो प्रत्येक विंचू हा शिकार पकडण्यासाठी त्याच्याकडे असलेल्या विषाचा वापर करत असतो. विंचवाचे विषामुळे मृत्यू येत नसला तरी होणाऱ्या वेदना प्रचंड असतात. दंशामुळे प्रचंड वेदना सुरू होतात.

**लक्षणे:**

1. कुत्रा आणि मांजरे अस्वस्थ होतात व त्यांच्या वागण्यामध्ये बदल आढळतो.
2. हृदयाचे ठोके अनियमित होतात.
3. अन्न गिळताना त्रास होतो.
4. डोळ्यांच्या बाहुल्या मोठ्या होतात.

5. श्वास घेताना त्रास होतो.
6. पातळ हगवन लागते.
7. उलट्या सुरू होतात आणि कुत्रा मांजर पडून राहतात.

उपचार आणि प्रतिबंध: विंचू दंशामध्ये प्रचंड वेदना निर्माण होतात. मृत्यू येण्याची शक्यता खूप कमी असते त्यामुळे विंचू दंशाची माहिती मिळताच त्वरित पशुवैद्यकांना उपचारासाठी बोलवावे. विंचू दंशाविरुद्ध काही प्रतिविषे उपलब्ध असल्यास त्यांचा उपयोग होऊ शकतो. वेदना आणि सूज कमी करण्यासाठी थंड पाणी किंवा बर्फांचा वापर केला जातो.

# 33

# जिवाणू किंवा बॅक्टेरियामुळे होणारी विषबाधा

सूक्ष्मजीवाणू जेव्हा वाढत जात असतात तेव्हा ते त्यांच्या चयापचयाच्या प्रक्रियेमधून विविध पदार्थ माध्यमांमध्ये सोडत असतात. आणि असे काही घटक विषारी असण्याची शक्यता असते. असे जिवाणू अन्नपदार्थांवर वाढत असतात. त्यामुळे अन्नपदार्थांची व्यवस्थित साठवणूक न केल्यास त्यांच्यामध्ये अशा जिवाणूंची वाढ होऊन जनावरांमध्ये तसेच माणसांमध्ये विषबाधा झाल्याचे दिसून येते. बऱ्याच वेळा क्लोसट्रेडियम प्रकारच्या जिवाणूमुळे काही आजार पसरतात. जसे की बोटूलिझम आणि टिट्यानस म्हणजेच धनुर्वात. बऱ्याच वेळा घरी समारंभ किंवा जेवणाचा कार्यक्रम असल्यास बरेचसे अन्न शिल्लक राहते आणि मग दुसऱ्या किंवा तिसऱ्या दिवशी ते फेकून देण्यापेक्षा असे अन्न जनावरांना खाऊ घातले जाते. परंतु अशा अन्नावर जिवाणूंची वाढ झालेली असते. आणि वाढ होताना हे जीवणु त्यांच्यामध्ये विषारी पदार्थ सोडत असतात. आणि त्यामुळे जनावरांमध्ये अन्नामधून विषबाधा झाल्याचे दिसूनबऱ्याच वेळा घरी समारंभ किंवा जेवणाचा कार्यक्रम असल्यास बरेचसे अन्न शिळे राहते आणि मग दुसऱ्या किंवा तिसऱ्या दिवशी ते फेकून देण्यापेक्षा असे अन्न जनावरांना खाऊ घातले जाते. परंतु अशा जिवाणूंची वाढ झालेली असते. आणि वाढ होताना हे जीवन त्यांच्यामध्ये विषारी पदार्थ सोडत असतात. आणि त्यामुळे जनावरांमध्ये

अन्नामधून विषबाधा झाल्याचे दिसून येते अन्नामधून विषबाधा झाल्याने होणारा महत्त्वाचा आजार म्हणजे बोटूलिझम. सडणाऱ्या पालेभाज्या तसेच शिळ्या अन्नामध्ये बॉटुलिनम हा जिवाणू वाढत असतो. त्याच्यामध्ये या जिवाणूने निर्माण केलेले विष जनावरांच्या संपूर्ण चेतासंस्थेवर आघात करते. स्नायू लुळे पडतात आणि हृदय तसेच श्वसन क्रिया बंद पडल्यामुळे जनावरांचा मृत्यू होतो बोटूलिझम या विषाचे परिणाम पक्षांसह सर्वच प्राण्यांमध्ये दिसून येतात.

**लक्षणे:** लक्षणे दिसायला पंधरा दिवसापर्यंतचा वेळ लागू शकतो.

1. याच्यामध्ये प्रामुख्याने स्नायू लुळे पडतात. दृष्टि कमजोर होते जनावरांना नीट दिसत नाही.
2. जनावरांना चारा चावताना व घेताना त्रास होतो
3. जनावर हळूहळू अशक्त होत जाते तर ते आणि
4. श्वसनसंस्थेचे स्नायू लुळे पडल्याने श्वास घेता येत नाही
5. हृदय बंद पडून मृत्यू होतो
6. जनावर छातीच्या भागावर बसते आणि नंतर एका बाजूस पडून राहते
7. पोटाची आणि आतड्याची हालचाल थांबते आणि त्यामुळे बद्धकोष्ठता निर्माण होते
8. लघवीच्या पिशवीची हालचाल मंदावलेली असते त्यामुळे जनावर व्यवस्थित लघवी करत नाही.
9. डोळे छोटे करतात प्रकाश डोळ्यावर पाडल्यास फारसा प्रतिसाद देत नाहीत
10. कोंबड्यांमध्ये मानेचे स्नायू लुळे पडल्याने मान वाकडी होते
11. कोंबड्या नीट उभ्या राहू शकत नाहीत

**उपचार आणि प्रतिबंध:** या विषासाठी नेमके प्रतिविष उपचारासाठी उपलब्ध आहे. त्याचप्रमाणे लक्षणानुसार पशुवैद्यक उपचार करू शकतात.

प्रतिबंधक उपाय यामध्ये जनावरांना शिळे अन्न शक्यतो देऊ नये. अन्न खराब झालेले नाही किंवा त्याचा दुर्गंध येत नाही याची खात्री करणे नेहमी योग्य असते. विषबाधेची साशंकता असेल तर त्वरित संशयित चारा दूर करावा.

# 34

# बुरशी पासून निर्माण होणारी विषबाधा

जिवाणूंप्रमाणेच बुरशी सुद्धा काही विषारी पदार्थ तयार करत असते. यालाच बुरशीजन्य विषबाधा किंवा मायकोटॉक्सिन असे संबोधले जाते. वेगवेगळ्या बुरशी वेगवेगळ्या प्रकारचे मायक्रोटॉक्सिन तयार करत असते उदाहरणार्थ यकृताला बाधा पोहोचवणारे, किडनीला बाधा पोहोचवणारे, मादी जनावरांमध्ये इस्ट्रोजनचे दोष निर्माण करणारे तसेच चेतासंस्थेवर आघात करणारे मायको टॉक्सिन. या मायको टॉक्सिन्समुळे होणारा आजार संसर्गजन्य नसतो परंतु बऱ्याच वेळा बुरशीमुळे होणारे आजार हे हंगामी असतात. किंवा ठराविक पोषक वातावरणात आपणास आढळतात. बऱ्याच वेळा हे मायकोटॉक्सिन जनावरांच्या रोगप्रतिकारक शक्तीवर परिणाम करतात आणि त्यामुळे जनावर इतर आजारांना जसे की जिवाणू, विषाणू किंवा परजीवी यांच्यामुळे होणाऱ्या आजारांमुळे बाधित होते. यकृताला बाधा पोहोचवणाऱ्या मायकोटॉक्सिन मध्ये अफलाटॉक्सिन, रुब्राटॉक्सिन फोर डेस्मिन असे विविध विषांचे प्रकार आढळतात. अस्पेर्गिलस नावाच्या बुरशीपासून तयार होणारे विष आहे. इंग्लंड मध्ये 1960 च्या दरम्यानच्या काही महिन्यात दहा हजार पेक्षा जास्त टर्की पक्षांचा मृत्यू झाला. त्यावेळी त्या टर्की पक्षांना दिलेले खाद्य अस असपरगीलस या बुरशीने दूषित झालेचे आढळले. आणि नंतर याचे कारण असपरगीलस या बुरशीने तयार केलेल्या अफ्लोटॉक्सिन हे विष असल्याचे शोधण्यात आले. साधारणपणे पक्षी आणि कुत्र्यांमध्ये अफ्लोटॉक्सिन प्रभाव म्हशी आणि शेळ्या मेंढ्यांच्या मानाने जास्त असतो. जनावरांच्या शरीरात जर जीवनसत्व इ, सेलेनियम आणि

प्रथिनांची कमतरता असेल तर जनावरे लवकर बाधित होतात. मेंढ्यांच्या मनाने अफ्लोटॉक्सिकोसिस गाई, म्हशी मध्ये जास्त आढळतो. लहान वासरे किंवा पिल्ले लवकर बाधित होतात.

गाई म्हशी मध्ये दिसणारी लक्षणे:

1. चारापाणी न खाने
2. शरीराची वाढ न होणे
3. दूध उत्पादन कमी होणे,
4. वजन कमी होणे
5. हगवण
6. केस खराब होणे
7. रक्तक्षय
8. त्वचेखाली रक्तस्त्राव होणे
9. प्रतिकार शक्ती कमी होणे
10. गुददवार बाहेरेर येणे आणि इतर आजारांना बळी पडणे इत्यादी लक्षणे दिसतात

कोंबड्यांमध्ये सुद्धा माइकोटॉक्सिन चे प्रमाण बऱ्यापैकी जास्त आहे. हवेमध्ये ज्यावेळी आद्रता वाढते आणि दमट हवामानात सुद्धा अनेक बुरशींची वाढ होत असते. अशावेळी कोंबड्यांमध्ये माइकोटॉक्सिन चे आजार पसरण्याची शक्यता असते. अफ्लाटॉक्सिन मुळे कोंबड्यांमध्ये त्यांची प्रतिकार क्षमता व यकृतावर परिणाम होतो. त्यामुळे कोंबड्यांमधील मृत्यू जास्त प्रमाणात होतात. यकृतास हानी पोहोचते. यकृताला जखमा होऊन यकृत पिवळसर दिसू लागते. शरीराच्या इतर भागात रक्तस्त्राव दिसून येतो कोंबड्या खाद्य खात नाहीत

उपचार आणि प्रतिबंध: अफ्लाटॉक्सिन या विषासाठी नेमके असे उपचार नसले तरी लक्षणानुसार उपचार करता येतात. प्रतिबंधक उपायांमध्ये जनावरांसाठीचे खाद्य नामांकित कंपनीचे असावे. भिजलेले खराब झालेले बुरशीची वाढ झालेले खाद्य जनावरांना व कोंबड्यांना घालू नये. खाद्य व चारा यांची साठवण व्यवस्थित रित्या करावी.

रूब्राटॉक्सिन हे पेनिसिलियम रूबरम या बुरशीपासून तयार होणारे यकृतास हानी पोहोचवणारे मायकोटॉक्सिन आहे. विशेषतः खराब खाद्य व धान्यावर याची वाढ होते. आणि असे धान्य जनावरांनी खाल्ल्यास विषबाधा होऊ शकते. शेळ्या,

घोडे, कुत्रा, मांजर, कोंबड्या यामध्ये याची विषबाधा दिसून येते. विषबाधा सर्वच प्राण्यांमध्ये दिसून येते.

सर्व प्राण्यांमध्ये दिसणारी सर्वसामान्य लक्षणे:

1. यकृतांमध्ये बिघाड होणे.
2. भूक न लागणे
3. शरीरातील क्षार व पाण्याची पातळी कमी होणे
4. हगवण लागणे
5. कावीळ होणे,
6. वजन कमी होणे इत्यादी आहेत

मूत्रपिंडावर किंवा किडनीवर परिणाम करणारे मायक्रोटॉक्सीन्स: ओक्राटॉक्सिन हे अस अस्पर्गिलस आणि पेनिसिलियम या दोन्ही बुरशी पासून खराब स्थितीत साठवलेल्या धान्य व खाद्यांमध्ये तयार होते. मुख्यतः कोंबड्यांमध्ये याचे विपरीत परिणाम दिसून येतात. इतर जनावरे सुद्धा यामध्ये बाधित झाल्याचे आढळून येते.

लक्षणे:

1. उलट्या येणे, हगवण लागणे, भूक मंदावणे
2. शरीरातील क्षार व पाण्याची पातळी कमी होणे
3. कोंबड्यांमध्ये हगवण कोंबड्या एका ठिकाणी गर्दी करून उभ्या राहतात
4. वजन कमी होते
5. सतत लघवी करतात
6. रक्तक्षय
7. प्रतिकार शक्ती कमी होणे
8. रक्तस्त्राव तसेच मृत्यू ही लक्षणे दिसतात

फ्युजेरियन बुरशीपासून होणारी विषबाधा:
मुख्यतः कोंबड्यांमध्ये दिसणारी लक्षणे

1. पचन बिघडते पचन संस्थेच्या तोंड व सुरुवातीच्या भागातील त्वचेचा दाह होतो

2.  खाद्य खाणे बंद होते तसेच वाढ व्यवस्थित होत नाही
3.  अंड्याचे उत्पादन कमी होते

**अर्गोट बुरशीमुळे होणारी विषबाधा:**
अस्परगिलस या बुरशीच्या वाढीच्या दरम्यान **अर्गोट** हे विष तयार होते. शक्यतो कडधान्य आणि गवताच्या बियांवर ही बुरशी वाढत असते. कुत्रा, मांजर, घोडा, कोंबड्या आणि मेंढ्यांमध्ये **अर्गोट** या विषाची विषबाधा आढळून येते. याच्यामध्ये

1.  पायाचे शेवटचे भाग सडतात.
2.  तापमान खूप वाढते

रक्तवाहिन्या छोट्या होत जातात त्यामुळे शरीराच्या शेवटच्या भागांना व्यवस्थितपणे रक्तपुरवठा होत नाही आणि त्यामुळे शरीराचा शेवटचा भाग सडु लागतो.

# 35

# औषधे वापरताना घ्यावयाची काळजी

माणूस असो किंवा जनावर आजारी पडले की औषधांचा वापर केला जातो. भारतामध्ये इतर देशांच्या मानाने औषधांची उपलब्धता सामान्य माणसाला लगेचच होते. बरीचशी औषधे जी डॉक्टरांच्या चिट्ठीशिवाय शेतकरी आणि पशुपालक औषधांच्या दुकानात मोठ्या प्रमाणावर खरेदी करताना दिसून येतात. आणि बऱ्याच वेळा स्वतः स्वतःचे उपचार करताना दिसतात. अँटिबायोटिक सारखी महत्त्वाची औषधे सर्रासपणे शेतकरी किंवा मनुष्यामध्ये वापरताना आढळतात. आणि त्यामुळे आज वापरलेल्या औषधांना उद्या गुण येईलच असे नाही. सध्या बरेचसे सूक्ष्मजीवाणू स्वतःमध्ये बदल करून घेतल्यामुळे औषधांना प्रतिसाद देताना दिसत नाही. त्यामुळे जनावरांना औषधे देताना काही गोष्टी ध्यानात ठेवल्या पाहिजेत.

1. जनावरांच्या प्रजाती: बऱ्याच वेळा मोठ्या जनावरांची औषधे लहान जनावरांना दिली जात जातात म्हणजेच गाई म्हशींचे औषधे शेळ्या मेंढ्यांना दिली जातात तर असे करणे काही वेळा चुकीचे होऊ शकते. कारण प्रत्येक प्रजातीचा औषधांना प्रतिसाद देण्याचे स्वरूप वेगवेगळे असते त्यामुळे काही वेळा जनावरे प्रतिकूल प्रतिसाद देऊ शकतात. युरोप सारख्या देशांमध्ये औषध ही गाय या प्रजातीसाठी बनवलेली असतात. आणि तिकडे म्हशी नसल्यामुळे म्हशींमध्ये त्या औषधांचा उपयोग पशुवैद्यकांच्या सल्ल्याशिवाय करणे चुकीचे आहे. उदाहरणार्थ भुलीची औषधे कुत्र्या मांजरांमध्ये जास्त मात्रेत लागतात. मात्र गाय म्हैस या प्रवर्गाची मात्रा अत्यंत कमी असते. आणि ही मात्रा आपण

योग्य प्रमाणात नाही वापरली तर काही म्हशींमध्ये दुष्परिणाम आढळून येतात. जंतनाशके वापरताना प्रमाणात देणे अपेक्षित आहे. त्याचप्रमाणे प्रत्येक वेळी पशुवैद्यकांच्या सल्ल्याने द्यावीत कारण जंतांचे अनेक प्रकार आहेत. आणि बऱ्याच वेळी जंतनाशके बदलावी लागतात. अन्यथा जंतनाशक निरुपयोगी ठरतात. आणि ड्रग रेजिस्टन्स सारख्या समस्या उद्भवतात. तोंडावाटे पाजली जाणारी औषधे जबरदस्ती न करता योग्य माणसांकडूनच पाजावीत कारण काही वेळा जबरदस्तीने औषधे पाजण्याचा प्रयत्न केल्यास औषधे अन्ननलिके ऐवजी श्वासनलिकेत जाऊन फुफुसाचा दाह म्हणजेच निमोनिया सारखा आजार होऊ शकतो. तोंडावाटे औषधे पाजावयाच्या बाटल्या साधने ही स्वच्छ व निर्जंतुक केलेली असावी

बऱ्याच ठिकाणी गाय अथवा म्हशी पान्हवत नसेल तर शेतकरी सरळ सरळ संप्रेरकाची इंजेक्शने बाजारातून आणून जनावरांना टोचतात आणि मग या इंजेक्शन शिवाय जनावरे दूधच देत नाहीत. म्हणजेच त्याची सवय लागून जाते. जनावरांच्या पायाच्या तसेच कासेच्या स्वच्छतेसाठी काही वेळा पोटॅशियम परमॅग्नेटचे द्रावण वापरले जाते परंतु हे द्रावण वापर करून झाल्यानंतर योग्य विल्हेवाट न लावल्यास जनावरांच्या आहारातून शरीरात जाण्याची शक्यता असते.

जनावरांच्या अंगावरील गोचीड तसेच इतर परजीवींच्या नायनाटासाठी बऱ्याच वेळा शेतकरी डॉक्टरांच्या सल्ल्याशिवाय औषधे तसेच कीटकनाशके वापरताना दिसतात आणि मग अशी औषधे अथवा कीटकनाशके जनावरांच्या आहारातून शरिरात जाउन विषबाधा निर्माण करतात.

जनावरांची उरलेली औषधे बरेच दिवस जनावरांच्या गोठ्यातच साठवली जातात आणि काही वेळा अपघाताने अशी औषधे जनावरांकडून खाण्यात येतात. आणि विषबाधा होते जनावरांची उरलेली औषधे बरेच दिवस जनावरांच्या गोठ्यातच साठवली जातात आणि काही वेळा अपघाताने अशी औषधे जनावरांकडून खाण्यात येतात आणि विषबाधा होते. माणसांची आणि जनावरांची औषधे नेहमी सुरक्षीत ठेवावीत.

लहान वासरे तसेच म्हातारी जनावरे यांच्यामध्ये औषधे देताना काळजी घेणे गरजेचे आहे. कारण लहान जनावरांमध्ये यकृताची पूर्ण वाढ व कार्यक्षमता नसते. त्यामुळे शरीरातील औषधांचे नीटपणे मेटाबोलिजम किंवा चयापचय होत नाही. आणि मग औषधे शरीरातच बरेच दिवस राहतात. आणि विषबाधा होऊ शकते. अगदी याच प्रकारे म्हाताऱ्या जनावरांमध्ये सुद्धा यकृताची कार्यक्षमता कमी

झाली असल्याकारणाने औषधे शरीराबाहेर टाकणे शक्य होत नाही.

जनावरांची आरोग्य स्थिती: जनावरांचे आरोग्य व्यवस्थित असेल आणि महत्त्वाचे अवयव सुस्थितीत असतील तर औषधाचे मेटाबोलिझम व्यवस्थित होते. अन्यथा औषध जास्त वेळ शरीरात राहिल्याने त्याचे दुष्परिणाम दिसून येतात.

औषधांचा मार्ग बदलल्यास सुद्धा दुष्परिणाम होतात. प्रत्येक औषधाचा कार्य करण्याचा मार्ग वेगवेगळा असू शकतो. औषध ठरलेल्या मार्गाने शरीरात गेल्यास त्याचा योग्य उपयोग होतो. अन्यथा त्याचे वाईट परिणाम दिसून येतात. उदाहरणार्थ मॅग्नेशियम सल्फेट हे औषध. मॅग्नेशियम सल्फेट हे जर तोंडावाटे दिले तर त्याचा परिणाम म्हणून हगवण लागते. म्हणजेच बद्धकोष्ठतेच्या आजारांवर किंवा उपचारांवर याचा वापर तोंडावाटे केला जाऊ शकतो. मात्र हेच मॅग्नेशियम सल्फेट क्षेत्रावर शिरेवाटे रक्तात दिल्यास स्नायू लुळे पडतात आणि जनावरांचा मृत्यू होऊ शकतो.

जेंटामैसीन सारखी औषधे की जी रोगप्रसार करणाऱ्या बॅक्टेरिया म्हणजे जीवाणु विरुद्ध अतिशय प्रभावी आहेत परंतु त्यांचा अयोग्य वापर केल्यास मूत्रपिंडाला किंवा किडनीला हानी पोहोचते. व मूत्रमार्गात अडथळा निर्माण होते. त्याचप्रमाणे यकृताला सुद्धा हानी पोचताना आढळतात. लहान वासरांमध्ये मूत्रपिंडाला हानी पोहोचवतात तसेच वासरांची पिल्लांची ऐकण्याची क्षमता कमी करतात. पेनिसिलिन सारखी महत्त्वाची औषधे रक्त न गोठण्याचे दोष निर्माण करू शकतात. त्याचप्रमाणे एलर्जी सारख्या रिएक्शन निर्माण करू शकतात. टेट्रासायकलीन किंवा ऑक्सि टेट्रासायकलीन औषधे लहान पिल्ले व वासरांमध्ये हाडे व दातांमध्ये दोष निर्माण करू शकतात. हाडे व दातांमध्ये जमा होऊन हाडे व दातामध्ये दोष निर्माण करू शकतात. आईवरमेक्टिनसारखी औषधे परजीवींच्या नायनाटासाठी सर्व जनावरांमध्ये वापरली जातात. परंतु कुत्र्यांमधील कोली जातीच्या ब्रीडमध्ये दुष्परिणाम दिसून येतात.

अँटिबायोटिक चा अत्याधिक वापर आणि त्यामुळे बऱ्याच वेळा काही परिस्थिती निर्माण होते अशा परिस्थितीला सुपर इन्फेक्शन असे म्हणतात आता सुपर इन्फेक्शन म्हणजे काय तर बऱ्याच वेळा अँटिबायोटिक्स चुकीचा वापर झालेला दिसून येतो. ठराविक मात्रेमध्ये अँटिबायोटिक्स न वापरता अति प्रमाणात वापर केला जातो. सततच्या अँटिबायोटिक वापरामुळे रोग निर्माण करणाऱ्या सूक्ष्मजीवांसोबतच शरीरासाठी उपयोगी असणाऱ्या सूक्ष्मजिवांचा नायनाट होतो. जसे की पोटामध्ये काही उपयुक्त जीव असतात जे रोग निर्माण

करणारे जंतू तसेच बुरशी यांची वाढ होऊ देत नाहीत मात्र अँटिबायोटिकच्या अतिवापराने पोटातील उपयुक्त सूक्ष्मजंतू मारले जातात आणि कॅन्डीडासारख्या बुरशींची पोटामध्ये वाढ होऊ लागते. त्यामुळे जनावरास हगवण तसेच इतर पचन संस्थेचे दोष निर्माण होतात.

**वेदनाशामक औषधे:** आजकाल वेदनाशामक औषधांचा वापर सर्रास होताना दिसत आहे. परंतु दीर्घ कालावधीसाठी जर वेदनाशामक औषधांचा वापर केल्यास अशी औषधे वापरल्यामुळे आतडे आणि पोटांमध्ये जखमा होतात. ज्याला आपण अल्सर असे संबोधतो. त्यामुळे कोणत्याही औषधाचा अति वापर अतिशय घातक आहे.